கதை இன்பம்

கா. அப்பாத்துரை

Title: Kathai Inbam

Author: Ka. Appadurai

Language: Tamil

First Published on: 1945

Year of Publication: 2024

Book Format: Paperback

*Page Size: 6inch * 9inch*

Category: Fiction

Subject: Short Stories

No. of pages: 78

ISBN: 978-81-997511-8-7

Published by: Nilan Publishers, Madurai, Tamilnadu, India

பொருளடக்கம்

பதிப்புரை

கதையைவிட இன்பம் பயப்பது எதுவுமில்லை. கதை கூறுபவன் திறமுடையவனானால் இளைஞரையும் முதியோரையும், ஆடவரையும் பெண்டிரையும், அரசர் பெருமக்களையும் ஆண்டிகளையும் தன்வயப்படுத்துவது எளிது.

கதை, இன்பந்தருவது மட்டுமன்று; அவ்வின்பத்தின் வாயிலாக மாந்தர் அறிவுநலத்தையும் உணர்ச்சி நலத்தையும் தூண்டி அவர்களறியாமலேயே அவர்களின் உள்ளார்ந்த தன்மைகளை இயக்கி உருப்படுத்துவதிலும் கதைக்கு இணையானதாக எதுவுமில்லை. கலைத் திறங்குன்றிய நீதியாளர் இது செய்க, இது செய்யற்க எனக் கூறும் கூற்றுக்கள் மக்கள் அறிவைக்கூடத் தூண்டுவதில்லை. உணர்ச்சியைத் தூண்டுவதும் செயலாட்சி செய்வதும் அதனினும் எவ்வளவோ தொலைவு. கதையின் இவ்வாற்றலறிந்து சிறந்த நீதியாளர் அதனைக் கையாளுகின்றனர்.

ஆனால் மக்கள் உள்ளத்தில், சிறப்பாகத் தொய்வு மிக்க இளைஞர் உள்ளத்தில் உயர்குறிக்கோ ளுணர்ச்சி உண்டு பண்ண வேண்டுமானால் கதைக்குப் புறம்பாகவோ கதையி னுள்ளோ நீதி தனிப்படத் துண்டாகக் கூறப்படுதல் கூடாது. கதை கூறுபவர் கதையைமட்டும் கூறிச்செல்லல் வேண்டும். அதைக் கூறும் முறையில் நீதிகள் தாமாகவே உயர்வாழ்க்கைக் குறிக்கோள் உருவில் வாசிப்பவர் உள்ளத் தில் எழவேண்டும்.

கதைகள் வாசிப்பவர் அறிவு, வயது, சுற்றுச் சார்பு, மொழியறிவு ஆகியவற்றுக் கியைய எழுதப்பெறுதல் வேண்டும். இளஞ்சிறுவர்க்கு அறிவுத் தூண்டுதலைவிட உணர்ச்சித் தூண்டுதலான கதைகளே மிகுதியும் பொருத்த முடையன. சற்று வளர்ச்சியடைந்த மாணவர்க்கு உயர் உணர்ச்சிகளாய நகைத்திறம், பலவகை மெய்ப்பாடுகள்,

உளப்பாடுகள் (பாவங்கள்) தோற்றுவிக்கும் கதைகளும் அறிவுத்தூண்டுதலான கதைகளும் நற்பயனளிக்கும்.

கதையை வாசித்த அல்லது வாசிக்கக் கேட்ட மாணவரின் விருப்பு வெறுப்புக்களை மட்டும் உசாவி வெளிப் படுத்திக் கதையின் உள்ளுறை உணர்ச்சியையோ நினைவுத் தூண்டுதலையோ உருப்படுத்தல் கூடியதே. மாணவரும் ஆசிரியரும் இதனை நன்கு பயன்படுத்தினால் எம் முயற்சி நன்முயற்சியாம் என்பது உறுதி.

எளிய இனிய நடையில் ஒவ்வொரு சொல்லும் 'செல்லும் சொல்லாய்' இந்நூலை எழுதித்தந்த செஞ்சொற் புலவராகிய கா. அப்பாத்துரைப் பிள்ளை, எம்.ஏ., எல்.டி. அவர்களுக்குக் கழகத்தின் பாராட்டு உரியதாகும்.

சைவசித்தாந்த நூற்பதிப்புக் கழகத்தார்.

கதை இன்பம்

மலர் ஒன்று

1. எந்த முனையில் ஐயனே!

செங்கட் கடுங்கோ என்னும் பெயருடைய வழக்கு மன்றத் தலைவர் ஒருவர் இருந்தார். அவர் நடுநிலை தவறாதவராயினும் கடுமைமிகுதி உடையவர். குற்றவாளிகளிடம் சொட்டுச் சொட்டென்று கடுஞ்சொற்களும் வழங்குவார்.

ஒருநாள் துணிவும் வாய்த் துடுக்கும் உடைய ஒரு குற்றவாளியை நோக்கித் தம் கைப்பிரம்பை நீட்டிக் காட்டியவண்ணம் அவர், "இதோ இந்தப் பிரம்பின் முனையில் ஒரு போக்கிலி நிற்கிறான்; பார்," என்றார். அவன் உடனே "எந்த முனையில், ஐயனே!" என்றான். தலைவர் அதைக் கேட்டு வெட்கிப் போனார்.

'எண்ணாது பேசுபவர் இழுக்குறுவர்.'

2. எது இயற்கை ?

ஓவியக்காரர் இருவரிடையே ஒரு போட்டி நிகழ்ந்தது. யார் ஓவியம் மிக்க இயற்கை நலம் வாய்ந்ததென்று பார்க்க யாவரும் விரும்பி வந்து கூடியிருந்தனர்.

முதல் ஓவியக்காரன் இரண்டு செந்தாமரை மலர்கள் வரைந்திருந்தான். அவற்றை மெய்யாகவே மலர்கள் என்று எண்ணித் தேனீக்கள் அவற்றின்மீது வந்து உட்கார்ந்தன. எல்லாரும் அவன் ஓவியத்தைப் புகழ்ந்தனர்.

இரண்டாம் ஓவியக்காரன் ஒரு திரையின் ஓவியம் வரைந்து அங்கே கொண்டுவந்து வைத்திருந்தான். அஃது அவன் எழுதிய படத்தை மறைத்த திரைதான் என்று எண்ணிய நடுவர், அவனைப் பார்த்து, "ஓவிய நண்பரே ; திரையை அகற்றும். நான் ஓவியத்தைப் பார்க்க வேண்டும்," என்றார்.

இரண்டாம் ஓவியக்காரன், "அது திரையன்று ஐயா, திரையின் ஓவியமே!'' என்றான். அனைவரும் முன்னிலும் வியப்படைந்தனர்.

குறையறிவு உடைய தேனீயை மயக்கிய முதல் ஓவியத்தைவிட, நிறையறிவு உடைய மக்களாகிய தம்மையே மயக்கிய இரண்டாம் ஓவியமே இயற்கை நலன் மிகுதியுடையது என்று நடுவர் முடிவு கட்டினார்.

3. உற்றிடத்துதவும் உணர்வு

மெய்யறிவு படைத்தவர்கள்கூட இடுக்கண் வந்த காலத்தில் உணர்விழந்து போவதுண்டு.

மிகச் சிலரே அப்போதும் உய்த்துணர்வு தவறா திருப்பர்.

பொருட் செல்வத்துடன் அறிவுச் செல்வமும் நிரம்பப் பெற்ற பெருந்தகை ஒருவர் இருந்தார் அவர் அஞ்சா நெஞ்சுடையவர் என்று பேர் வாங்கி யிருந்தார். ஓராளுக்கு ஓராளாகத் தன்னை வந்து எதிர்க்கும் எவனுக்குந் தாம் அஞ்சுவதில்லை என்று அவர் அடிக்கடி கூறுவார்.

ஒருநாள் அவர் காட்டுவழியில் பெட்டி வண்டியேறிச் சென்று கொண்டிருந்தார். அப்போது சட்டென ஒரு திருடன் வண்டியை நிறுத்திப் பலகணி வழியாக அவர் மார்புமீது கைத் துப்பாக் கியை நீட்டிய வண்ணம், "எங்கே தனி மனித னுக்கு அஞ்சாத நும் தறுகண்மை? இப்போது பணிந்து பணத்தைக் கொடுக்கிறீரா? உம்மைச் சுட்டு விடட்டுமா?'' என்று உறுக்கினான்.

செல்வர் அமைதி இழவாமல் பணப்பையை எடுப்பவர்போல் சட்டைப் பையில் கையை இட்டுக்கொண்டே, ‘‘ஆம்; நான் சொல்லியதில் தவறொன்றுமில்லை. இப்போதும் நீ ஓராளாக வந்திருந்தால் யான் அஞ்சேன். உன்னுடன் அதோ உன் தோழனும் நிற்கின்றானே!' என்றார்.

"இஃதென்ன இந்த நல்ல நேரத்தில் நமது திருட்டில் பங்கு கொள்ளவந்த சனியன்!'' என்றெண்ணித் திரும்பிப் பார்த்தான் திருடன். அந்தத் தறுவாய்க்கே காத்திருந்தார் செல்வர். பையை எடுப்பவர்போற் கையிட்டபோது, அவர் கையிற் பற்றியது பணப்பையையன்று.

மருந்து நிறைத்து முன்னெச்சரிக்கையாக வைத்திருந்த கைத் துப்பாக்கியைத்தான். திருடன் திரும்பியதும் அவர் அவனைச் சுட்டு வீழ்த்தினார்.

வலிமையால் அவரை வெல்ல எண்ணிய திருடன், அவர் அறிவுக்குத் தோற்று அழிவுற்றான்.

4. நயத்தக்க நாகரிகம்

பிறர் சினங்கொள்ளத் தக்க நேரத்திலும் பொறுத்து நயஞ் செய்யும் அருளாண்மை யாரிடம் இருக்குமோ அவரே, நாகரிகம் உடையவர் என்று கூறுதற்கு உரியவர்.

மேனாட்டில் அறிவியல் ஆராய்ச்சியில் ஈடுபட்ட பெரியார் ஒருவர் இருந்தார். அவருடைய ஆராய்ச்சிக் களத்தில் விலையேறிய பொறி வகைகள் பல இருந்தன. அவற்றுள் ஒன்று 'வளியெடை அளவை' என்பது. இதில் உள்ளே இருக்கும் 'பாதரசம்' உயர்ந்திருந்தால் சூழ உள்ள காற்று மண்டலம் நெகிழ்ச்சியுடையது என்றும், தாழ்ந் திருந்தால் அது திட்பமுடையது, எனவே மழை பெய்யும் என்றுங் கூறிவிடலாம்.

ஒருகால், பல நாள் மழை பெய்யாமல் வறட்சியாக இருந்தது. மழை வருமா, வருமா என்று பலர் கவலையுடன் "வளியெடை அளவை"யைக் கூர்ந்து பார்க்க வருவர். அங்ஙனம் வந்தவர்களுக்குள் படபடப்புடைய இளைஞனொருவன் அதனைக் கவனக் குறைவுடன் கையாளவே, அது தவறி விழுந்து சுக்கல்சுக்கலாக நொறுங்கி விட்டது.

வந்திருந்தவர்கள்கூட இளைஞன் மேல் அடக்க முடியாத சீற்றங்கொண்டனர். ஆனால் அறிஞர், தாம் சினங்கொள்ளாததோடு பிறர் சீற்றத்தையும் மாற்றிவிட்டார்.

அன்பர்களே! இப்போது கவலை தீர்ந்துவிட் டது.. "இனி நிறைய மழை வருவது உறுதி," என் றார் அவர்.

அவர் கூறுவதன் பொருள் விளங்காமல், அனைவரும் சற்று விழித்தனர். அப்போது அவர், " என் பொறி தாழ்ந்தால் மழை வரும். இன்று அது முற்றிலும் தாழ்வுற்றுவிட்டது. ஆகவே மழை வரும் என்பது உறுதியன்றோ?" என்றார்.

அவர் பொறுமையையும் நகைத்திறம் வாய்ந்த நயத்தையுங் கண்டு அனைவரும் மகிழ்ச்சி யுற்றனர்.

5. கலைவாணரின் கண்டிப்பு

கலைஞர்க்கும் கண்டிப்புக்கும் மிகத் தொலைவு என்று சொல்வதுண்டு. ஆனால் இதற்கு விலக்கானவர் டீன் ஸ்விஃப்ட்டு என்ற ஆங்கில ஆசிரியர்.

ஸ்விஃப்ட்டிடம் மிகுதியும் அன்பும் நன்மதிப்புங்கொண்ட செல்வர் ஒருவர் அவரை விருந்தினராகப் பாராட்டி வரவேற்றார். அச்செல்வரின் பணியாளும் முறைப்படி ஸ்விஃப்ட்டின் பணியாளை விருந்தினனாக மதித்துப் பாராட்டினான்.

ஸ்விஃப்ட்டு அச்செல்வரிடம் விடைபெற்று வர நேரமாயிற்று. அதற்குள் செல்வரின் பணியாள் உதவியால் ஸ்விஃப்ட்டின் பணி யாள் தன் குதிரை மீதேறி ஸ்விஃப்ட்டுடன் செல்ல ஆயத்தமாக நின்றான். ஸ்விஃப்ட்டு வந்ததும் அவருக்கும் குதிரை ஏறச் செல்வரின் பணியாளே உதவிசெய்ய வேண்டியதாயிற்று.

குதிரையிலேறியதும் ஸ்விஃப்ட்டு தம் பணியாளை மகிழ்ந்து நோக்கிய வண்ணம், செல்வர் பணியாளைச் சுட்டிக்காட்டி, "எனக்கு உதவி செய்த இந்நண்பனுக்கு இரண்டு வெள்ளி பரிசு கொடுக்கலாமல்லவா?" என்றார்.

பணியாளன் 'கொடுக்கலாம்' என்றான்.

பணியாள் இச்சிறு நிகழ்ச்சியை ஒரு நாகரிக முறை என்றெண்ணி மறந்துவிட்டான்.

ஆனால் ஊதியம் பெறும் நாளில் ஸ்விஃப்ட்டு தம் பணியாளுக்கு ஊதியத்தில் இரண்டு வெள்ளியைக் குறைத்துக் கொடுத்தார். அவன், “ ஐயனே! இரண்டு வெள்ளி குறைவுற்றதே," என்று கேட்க, அவர், "உனது தொழிலை

ஒருவனுக்குக் கொடுப்பது உனது பொருளை ஒருவனுக்குக் கொடுப்பதையே ஒக்கும் என்று உணர்க!" என்றார்.

வேலையாள் தன் பிழையறிந்து வெட்கினான்.

6. உடைப்பண்பும் உளப்பண்பும்

வெள்ளிய ஆடைக்கும் வெள்ளை யுள்ளத்திற்கும் பேர்போன தலைவர் ஒருவர் இருந்தார். அவரை அழுக்கடைந்த ஆடையுடன் ஓர் அருங்கலைச் செல்வர் சென்று கண்டார்.

தலைவர் சற்று நேரம் புறக்கணிப்புக் காட்டியும், பேசும்போது ஏற இறங்கப் பார்த்தும் கடுஞ் சொல் சொல்லியும் அவரைப் பலவகையில் சிறு மைப்படுத்தினார்.

ஆனால், அக்கலைஞருடைய பேச்சு முறையாலும் நடையாலும் தமது மேடைப் பலகை மீது அவர் அவிழ்த்து வைத்த நூற்கட்டுகளாலும் தலைவர் அவர் தகுதி அறிந்து, அவரை மிகவும் பாராட்டிப் பல வகையிலும் உதவ முன் வந்தார். விடை கொள்ளும்போதும் தலைவர் தாமே இறங்கி வந்து கலைஞரை வழியனுப்பினார்.

அப்போது கலைச் செல்வர், முதலில் தாம் அடைந்த துன்பத்தையும் பின்பு பிரியுங்கால் தாம் பெற்ற பேற்றையும் ஒப்பிட்டு, நகைச் சுவையுடன், "வரும்போது வாராதே என்று குறிப்பு மீறி வந்தேன்; ஆனால் போகும்போது போகாதே என்ற குறிப்பை மீறிப் போகும்படியான பேறு வாய்த்தது," என்று இன்மொழி புகன்றார். தலைவர் புன் முறுவலுடன், "நான் யாரையும் உடைப் பண்பு கொண்டு மதித்துத்தான் வரவேற்பது வழக்கம்; ஆனால், பிரிவது உளப்பண்பை மதித்தேயாகும்.

இதுவே இரண்டினிடையிலும் உள்ள வேற்றுமை," என்று பரிந்து நன்மொழி கூறினார்.

7. நகை பகையை வெல்லும்

'வெம்பகை' என்றொரு பாண்டிய மன்னன் இருந்தான். அவன் அவைக்களத்தில் கோமாளியாக இருந்தவன் மதியழகன். அவன் நகைச்சுவை குன்றாமலே அவையோர் ஒவ்வொருவரையும் தாக்கித் தலையிறங்கச் செய்வது வழக்கம். ஒரு நாள் நாக்குத் தவறி அரசனையே அவன் இறக்கிப் பேசிவிட்டான். அரசன் சட்டென வெகுண்டு, அவனைக் கொலை செய்யும்படி ஆணையிட்டு விட்டான்.

எப்போதும் கடகடவென்று பேசும் விகடன் வாளா இருப்பது கண்டு, அரசன் அவனைச் சற்றுப் பேச வைத்துத் தணிவு செய்ய வேண்டும் என்றெண்ணி, 'நீ எங் கோமாளியாதலால், உனக்கு ஒரு வகையிற் பரிவு காட்டுகிறேன்; நீ எந்த வழியாகச் சாக வேண்டுமென்று விரும்புகிறாயோ, அந்த வழியிலேயே சாகலாம். ஆகவே, உன் முடிவு உன் நாக்கையே பொறுத்துள்ளது,'' என்றான்.

மதியழகன் உடனே முகமலர்ந்து, "அப்படியாயின், அரசே! முதுமை வழியாக நான் சாகும்படி அருளல் வேண்டும்," என்று கூறினான்.

எதிர்பாராத இவ்விடையைக் கேட்டு அரசன் வியப்பும் மகிழ்ச்சியுங் கொண்டு சினம் ஆறினான். அதன்பின் அரசன், தான் பகையரசரிடம் செலுத்தும் வன்கண்மையை அந்நகையரசினிடம் எந் நாளும் காட்டுவதில்லை.

8. ஆக்கல் அரிது; அறிவுரை எளிது

கலைப்பயிற்சிக் கூடமொன்றின் அருகில், ஒரு சிலை எழுப்ப ஏற்பாடாயிற்று. கலையிலக்கணங் கற்ற பயிற்சி மாணவர் பலர் அதனைச் செய்யுங் கலைஞனிடம் சென்று. 'கண் இப்படி இருத்தலாகாது, மூக்கு இப்படி இருத்தல் வேண்டும்,' என்று பலவாறாகத் தமது அறிவு நலத்தைக் காட்டினர். கலைஞன், அவர்கள் ஓயாத பஞ்சரிப்பைத் தவிர்க்கும் எண்ணத்துடன், "உங்கள் அனைவர் அறிவுரைகளையும் பின்பற்றியே நான் தொழிலாற்றப் போகின்றேன்," என்று கூறினான்.

அவ்வாறே அவன் ஒவ்வொருவரின் அறிவுரையையும் பொறுமையுடன் எழுதிவாங்கி அவை யாவும் பொருந்துமாறு ஓர் உருவம் அமைத்தான். ஆனால், அதே நேரத்தில், பக்கத்தில் மறைவாக இன்னோர் உருவமும், தனது கலைப்பாங்கு முற்றும் புலப்படும்படி அவன் அமைத்துவைத்தான்.

உருக்களை அரங்கேற்றுகையில் அவன் இரண்டையும் திறந்து மக்கள்முன் காட்டி, இது கலை இலக்கணப் புலவோர் அறிவுரையின்படி அமைந்தது: இஃது எனது கலைப் பாங்கின்படி அமைந்தது," என்று கூறினான்.

அறிவுரை தந்த அறிஞர்கள், தம் உரைகளின் பயனாய் அமைந்த அருவருக்கத்தக்க உருவினைக் கண்டு வெட்கினார்கள்.

9. தன்னலம் பேணிய குரங்கு

ஒரு மாம்பழக்காரனிடம் இருந்த மாம்பழப் பைகளுள் ஒன்றை ஒரு குரங்கு பறித்துக் கொண்டு ஓடிவிட்டது. அதன் தோழர்களாகிய மற்றைக் குரங்குகள் அதில் பங்கு கொள்ளும் அவாவுடன் அதனைப் பின்பற்றி ஓடின.

தன்னிடமிருந்து எந்தக் குரங்கும் மாம்பழங்களைப் பறிக்க முடியாதபடி முதற் குரங்கு கிளைக்குக் கிளை தாவியோடிற்று. பறிக்க முயலாமல் அன்பு டன் பழங்களைக் கேட்டுச் சுற்றிய குரங்குகளிடமும் அக்குரங்கு பரிவு காட்டாமல், அவற்றின் மீது தான் தின்ற பழங்களின் கொட்டையை வீசி யெறிந்தது.

பின்பற்றிச் சூழ்ந்த குரங்குகள் மிகுதி ஆக ஆகக் குரங்கிற்கு ஓடவும் முடியவில்லை. கொட்டைகளை எல்லாம் எறிந்து விட்டபின் எறிய வேறு ஒன் றும் அகப்படவுமில்லை. ஆகவே அது முழு மாம் பழங்களையே எடுத்து எறிய வேண்டியதாயிற்று.

விரைவில் பழங்கள் அவ்வளவும் இங்ஙனஞ் செலவாய்ப் போயின. அதன் பின்புதான், பழங்களையும் இழந்து இனத்தவர் நட்பையும் தான் இழந்து விட்டது குரங்கிற்குத் தெரியவந்தது.

10. நிழலின் அருமை வெயிலில் தெரியும்

ஒரு மாது பிறவியிலே ஊமையாகவும் செவிடாகவும் இருந்தாள். அவளுக்கு முதற் குழந்தை பிறந்தபின், ஒரு நாள் குழந்தை தொட்டிலிற் கிடந்து உறங்கும் நேரம், அவள் ஒரு பெரிய பாறாங் கல்லுடன் தொட்டிலின் பக்கம் செல்வதை அண்டை அயலிலுள்ளவர்கள் கண்டு, அவள் பித்துப் பிடித்துக் குழந்தையைக் கொல்லப் போகிறாளோ என்று அலறி ஓடினர்.

ஆனால் அவள் தொட்டிலின் அருகில் சென்றதும் அக்கல்லைத் தலைக்குமேல் உயரத் தூக்கித் தடாலென்று நிலத்தின்மீது ஓங்கி எறிந்தாள். அவ் வொலி கேட்டுக் குழந்தை திடுக்கிட்டு விழித்தவுடன், அவள் அக்குழந்தையை எடுத்து வாரி அணைத்துக்கொண்டு அன்புக் கண்ணீர் விட்டு அழுதாள்.

தன்னைப்போலத் தன் குழந்தையும் செவிடாக இருத்தலாகாதே என்ற கவலையினால் அவள் செய்த தேர்வு அஃது என்று கண்டு, அயலார் அச்சம் நீங்கி அகன்றார்கள்.

11. உருவுகண்டு எள்ளாமை வேண்டும்

பெரியார் ஒருவருக்கு அவருடைய நண்பர், அவர் பிறந்த நாள் விழாவைப் பாராட்டும் பொருட்டு இனிய பழ வகைகளும் தின்பண்டங்களும் தம் சிறுவன் மூலம் அனுப்பி வைத்தார். சிறுவன் பெரியவர்களிடம் வணக்க ஒடுக்கமாக நடக்கப் பழகியவனாதலால், நெடுநேரம் அவர் அவனைப் பாராததுபோல இருந்தும் பொறுமையாகப் பழத் தட்டுடன் நின்றிருந்தான். கடைசியில் அவன் பொறுமையிழந்து, "ஐயா, என் தந்தை இப் பழத்தட்டைத் தங்களிடம் தரச் சொன்னார். பெற்றுக் கொள்ளுங்கள்," என்றான். பெரியவர் அப்போது அவனைப் பார்த்து, "உன் தந்தை உனக்குக் கற்பித்துக் கொடுத்த வணக்கம் ஒடுக்கம் இவ்வளவுதானா? பெரியவர்களிடம் எப்படி நடக்க வேண்டும் என்று நான் காட்டுகிறேன். நீ எனது இடத்தில் இரு. நான் நடந்து கொள்வதைப் பார்," என்று கூறிவிட்டு வெளியிற் சென்றார்.

சிறிது நேரத்திற்குள் அவர் தட்டுடன் வந்து, "ஐயா, அன்புகூர்ந்து இக்காணிக்கையை ஏற்றுக் கொண்டருளுங்கள்," என்றார். சிறுவன் உடனே அவர் வியக்கும் வண்ணம், "மிகவும் மகிழ்ச்சி. இப்படி வந்து உட்கார் தம்பி. நீ மிகவும் தொந்தரவு எடுத்துக் கொண்டு விட்டாய். இதோ ஒரு பழமும் சில தின்பண்டங்களும் தின்கிறாயா?" என்றான்.

அவனுக்குச் சிறுவர் நடந்து கொள்வது எப்படி என்று தாம் கற்பிக்கப்போக, அவன் பெரியோர் எப்படி நடப்பதென்று தமக்குக் கற்பித்து விட்ட நயத்தை எண்ணி, அவர் சிறுவனைப் பாராட்டி மெச்சிக் கொண்டார்.

12. வாயுரை உதவியா, கையுறை உதவியா

*1118*ஆம் ஆண்டு மலையாள நாட்டில் பஞ்சத்தால் துன்புற்ற மக்களுக்கு உதவிபுரியும்படி கூட்டப்பட்ட கூட்டம் ஒன்றில் இளைஞரும் மங்கையரும் பலர் முன்வந்து மலையாள மக்களின் துயரை விரித்துப் பேசினர். இன்னும் பலர் அவர்கள் மீது தமக்கு ஏற்பட்ட இரக்கத்தை வானளாவப் புகழ்ந்து கற்பனைக் கோட்டைகள் கட்டினர். இவற்றை யெல்லாம் கேட்டுக் கொண்டிருந்த ஒரு கிழவி மேடையேறி நின்று, "என் நண்பர்களே, என்னிடம் இரக்கம் மிகுதியாக இல்லை. இதோ இவ்வளவுதான் இருக்கிறது," என்று பத்து ரூபாத் தாள்கள் இரண்டினை எடுத்து மேடைப் பலகை மீது வைத்தாள்.

அதற்கு மேல் எல்லாரும் வெறும் பேச்சுப் பேச வெட்கித், தம்மாலானதைக் கொடுக்கத் தொடங்கினர். விரைவில் அக்கிழவியின் புண்ணியத்தால் ஒரு நல்ல தொகை சேர்ந்து மலையாளத்து ஏழை மக்களுக்கு உதவியாயிற்று.

13. முனிவினும் நல்குவர் மூதறிஞர்

சளுக்க நகராகிய வாதாபியைக் கொள்ளையிட்ட பல்லவ வீரர்களுள் செங்கதிர்மாறன் என்றொரு பெருந்தகையாளன் இருந்தான். போரில் அவன், தன் மெய் முழுதும் காயமடைந்து, விடாயால் வருந்தினான்.

அவன் தோழர்கள் போர்க் களத்திற்கு மிகவும் தொலைவிலிருந்து நறுநீர் கொணர்ந்தார்கள். அதை அவன் பருக நினைக்குமளவில் ஓர் ஏக்கக் குரல் கேட்டுத் திரும்பி நோக்கினான். சளுக்க வீரனொருவன் விடாயினால் நெடுநேரம் விக்கி ஏங்குவது கண்டு, தனக்கு வந்த நீரை அவனுக்கே கொடுக்க முனைந்தான்.

ஆனால், நீரை எடுக்கத் திரும்பியதும் அச்சளுக்கன், தன் கைவாளை அவன் முதுகுப்புறம் வீசினான். நல்ல வேளையாக சளுக்கன் கையின் ஆற்றல் மிகவும் குன்றி யிருந்ததனால் செங்கதிர் மாறன் தப்பிப் பிழைத்தான்.

தன் உயிர் மறுத்து உதவி செய்த அவ் வள்ளலிடம் நன்றி கொன்ற சளுக்கன் மீது அனைவரும் சீற்றங் கொண்டெழுந்தனர். செங்கதிர்மாறனும் சீற்றங்கொண்டான். ஆனால், அவன் பிறரைத் தடுத்து, "சளுக்கன் எனக்குச் செய்த தீமைக்குத் தக்க தண்டனை நானே கொடுக்கிறேன்," என்று கூறினான்.

அதன்பின் அவன் அச்சளுக்கனை நோக்கி, " நீ தூய வீரனா? நன்றிகொன்ற உனக்கு நான் நினைத்தபடி குடிக்க இருந்த நறுநீர் முழுமையும் தரக்கூடாது. இதோ பாதி நீர் மட்டும் தருகிறேன். குடித்துத் தொலை,'' என்றான்.

சீற்றத்திலும் ஈகையைக் குறைப்பதன்றி நிறுத்தாத அவன் இயற்கை அருட்குணங் கண்டு அச் சளுக்கன்கூட மனம் மாறி அவனிடம் மீண்டும் நட்புக் கொண்டான்.

14. இடுக்கண் இன்பத்தின் பாதை

'இடமறிந்து வாய்மை பகர்க,' என்னும் நெறி முறை மறந்து ஒரு குறிகாரன், ஓர் அரசன் கோள் வட்டப்படி அவனுக்கு வரும் தீமை ஒன்றை அறிந்து அவனிடம் கூறினான். அரசன், அஃது அவன் கோள் நூலிற் கண்டது என்று கொள்ளாமல், அவனைத் தூக்கிலிடும்படி உத்தரவிட்டான்.

குறிகாரன் மலைப்படைந்து இன்னது செய்வ தென்று அறியாது கலங்கினான். அப்போது அரசனுடைய விகடன் அவனுக்கு ஒரு வழி கூறினான். அதன்படி அரசனிடம் சென்று மிகவும் வணக்கமாக அடிபணிந்து, "அரசே, நான் ஓர் ஏழை. இறந்தால் வருந்துவதற்குக் கூட ஆளில்லை. நான் இறக்கச் சிறிதுந் தடையில்லை ; ஆனால் என் இறப்புடன் இந்த நாட்டின் நிலைமையும் பிணைக்கப்பட்டிருக்கிறதே! அதனால்தான் கலங்குகின்றேன்," என்றான்.

அரசன், "உன் இறப்புக்கும் நாட்டிற்கும் அப்படி என்ன பிணைப்பு ?" என்று கேட்டான்.

குறிகாரன், "அரசே! நான் பிறந்த நாளையும் கோளையும் அடுத்தே இந்நாட்டு மன்னராகிய தங்கள் நாளும் கோளும் இருக்கின்றன; என் வாழ் நாளுக்குமேல் சரியாக ஓராண்டு தங்கள் வாழ்நாள் மிகுதி உடையது; ஆகவே, என் முடிவு தங்கள் நலனைக் குறைத்தலாகாதே என்பதுதான் என் கவலை; இதையறிந்த என் நண்பர்களாகிய நாட்டு மக்களும் கவலைப்படுகின்றனர்," என்றான்.

குறிகாரன் எதிர்பார்த்தபடி அரசன் அவன் தண்டனையை நிறுத்திவிட்டான்.அது மட்டுமன்று; அரண்மனை மருத்துவர் அரசனது உடல் நலத்தைப் பார்த்து வருவது போலவே குறிகாரன் உடல் நலத் தையும் பார்த்து வரவேண்டும் என்று அம்மருத்து வருக்கு உத்தரவாயிற்று. இதனாற் குறிகாரனுக்கு

எத்தகைய குறைவுமில்லாமல் அரசியலிலிருந்து பொருள் உதவியும் கிடைத்து வந்தது.

15. கச்சணன் கண்ணாடி வாங்கப்போன கதை

கச்சணன் என்பவன் கல்வியில்லாதவன். அவன் ஒரு செல்வன் வீட்டில் தோட்டக்காரனா யிருந்தான். செல்வனுக்கு சற்றே வெள்ளெழுத்து. ஆகையால் அவன் கண்ணாடி போடாமல் வாசிக்க முடியாது. அதைக் கவனித்த கச்சணன், 'கண்ணாடி யிருப்பதனால் தான் இவர் வாசிக்கிறார்; ஆகவே நாமும் கண்ணாடி அணிந்து கொண்டால் வாசிக்கலாம், என்று எண்ணினான்.

அதுமுதல் அவன், கடைத்தெரு வழியாகப் போகும் போதெல்லாம் கண்ணாடிக் கடைகளில் நுழைந்து பல கண்ணாடிகளையும் போட்டுப் போட்டுப் பார்த்து வருவான். ஒரு கண்ணாடியும் அவனுக்குப் பிடிக்காதது கண்டு சலிப்படைந்த கடைக் காரர், "என்ன ஐயா, உமக்கு ஒன்றும் பிடிக்க வில்லையா?" என்று கேட்டால் அவன், "ஒன்றாவது நல்லதாயில்லை; ஒன்றாலும் எழுத்துக்கள் வாசிக்க வரவில்லையே?" என்பான்.

பல தடவையும் இப்படிச் சொல்வது கண்டு கடையிலிருந்த ஒரு பெரியவர், "உங்களுக்கென்ன வாசிக்கவே தெரியாதோ?' என்றார். அப்போது தான் வந்தது கச்சணனுக்கு உண்மையான சீற்றம்! அவன் அவரை முறைத்துப் பார்த்து, "பெரி யவராயிருக்கிறீரே, உமக்கு இவ்வளவு தெரியாதா? வாசிக்கத் தெரிந்திருந்தால் நான் ஏன் கண்ணாடி வாங்கவர வேண்டும்?" என்றான்.

அனைவரும் கொல்லென்று சிரித்து விட்டனர்.

'தன் கேள்வி சரியான கேள்வி; அதனாலே தான் எல்லோரும் சிரித்தார்கள்,' என்று எண்ணிக் கொண்டு திரும்பி விட்டான் கச்சணன்.

16. நன்றியைக் காட்டும் முறை

ஒரு வணிகன் பஞ்சகாலத்தில் தனக்கு அறிமுகமான ஓர் ஏழை ஓவியக்காரனையும் அவன் குடும்பத்தாரையும் வைத்துப் பாதுகாத்தான்.

சிலகாலம் சென்றபின், ஓவியக்காரனுக்கு நற்காலம் திரும்பிற்று. நகரங்களிலும் அரசவைகளிலும் அவன் தீட்டிய படங்களுக்கு மதிப்பு ஏற்பட்டு அவனுக்குப் பரிசுகளும் பதக்கங்களும் மட்டற்ற அளவில் வந்து குவிந்தன. அப்போது அவன் தன்னைப் போற்றிய வணிகனிடம் சென்று அவனுக்கு ஒரு பெருந்தொகை வழங்கப்போனான்.

வணிகன் புன்முறுவல் பூத்து, ' நண்பரே, உமது நல்லெண்ணம் கண்டு மகிழ்ச்சி கொள்ளுகிறேன். ஆனால் நீர் நன்றியறிவிக்கும் வழி இன்னதென்று அறியாததற்கு வருந்துகிறேன்," என்றான்.

ஓவியக்காரன் வியப்புற்று, "ஒப்பற்ற வள்ளலே, நான் செய்த தவறு யாது?" என்றான்.

வணிகன், " நண்பரே, என்னை வள்ளல் என்கிறீரே; நான் உமக்குச் செய்தது உண்மையில் வண்மையானால் அதுபோன்ற வண்மைச் செயலை நீர் செய்தாலன்றோ நன்றியுடையவராவீர்," என் றான்.

ஓவியக்காரன் பின்னும் மலைப்புடன் நிற்பது கண்டு, வணிகன் தன் கருத்தை இன்னும் விளக்கி, நான் உமக்குச் செய்த நன்றி உம் ஒருவரை நினைத்துச் செய்ததன்று. மனித வகுப்பை எண்ணி, அதில் துன்புற்று நின்ற உமக்குச் செய்தது. நீர் நன்றியறிதல் காட்டுவதும் அம்மனித வகுப்புக்கு ஆதல் வேண்டும்; எனக்கன்று: நான் செய்த படியே துன்புற்றார்க்கு நீர் உதவினால் என் நன்றிக் கடன் தீரும்," என்றான்.

ஓவியக்காரன் 'நன்றி என்பது ஆளுக்கு ஆள் பரிமாறிக் கொள்ளும் வாணிபமன்று ; பண்புக்குப் பண்பு ஈடு செலுத்தும் அருளுடைமை;' என்று உணர்ந்தான்.

17. வாய்மையும் வண்மையும்

உள்ளத்திற் பட்டதை உரைக்க வாய்மை வேண்டும். ஆனால் அதனை ஏற்று நன்கு மதிக்க வண்மையும் (தியாகமும்) இன்றியமையாதது.

நெடுஞ்செழியன் என்னும் பாண்டிய மன்னன் தமிழ் நாட்டிற்கு வடக்கிலும் மிகு தொலைவு சென்று பகைவரை வென்றடக்கித் தன் கொடி நிழலை விரிவுபடுத்தி வந்தான்.

பகைவர் நாடுகளை வென்றபின், 'தன் போர் வீரர் அந்நாட்டு மக்களுள் எவர் உடைமையையும் கொள்ளையிடக் கூடாது,' என்று அவன் ஆணை யிட்டிருந்தான்.

ஆமல்லன் என்ற வீரன் ஒரு வீட்டிலிருந்த வெல்லப்பொதி ஒன்றைப் பறித்துக்கொண்டான்.

அரசன் அவனை வெறிக்கப் பார்த்து, " நீ எப்படி உணர்வின்றி என் ஆணையை மீறி அவன் உடை மையைக் கைக் கொண்டாய்?" என்று கேட்டான்.

ஆமல்லன், "அரசே, தாம் இந்நாட்டு மன்னர்களின் உயிரையும் உடைமையையும் மானத்தையும் கொள்ளையிடுகின்றீரே. நான் ஒரு வெல்லப் பொதி மட்டும் எடுத்தது குற்றம் என்று சொல்கின்றீரே!" என்றான்.

அரசன் சினம் மாறிப் புன்முறுவல் கொண்டான். பொருள் பறிபோன ஆளைக் கூப்பிட்டு அவனுக்கு நாலு மடங்காகப் பொருள் கொடுத்து அனுப்பிவிட்டு ஆமல்லனை அழைத்து, அன்புடன் அணைத்துக்கொண்டு, " வீரரே! உமது வாய்மை யுரை கேட்டு மகிழ்ந்தேன். ஆயினும் உமக்கு நான் நேற்று மறுமொழி கூறாதது உமது வாய்மையை மதிக்கவேயாகும். நாம் வேற்று நாட்டு மன்னர்களின் உயிரையும் உடைமையையும் பிறவற்றையும் கொள்ளை கொள்வது

நமக்காகவா? மேலும், நமக்கல்லாத இச்செயலில் நம் உயிர், உடைமை, மானம் அனைத்தையும் நாம் பணையம் வைத்தன்றோ ஆடுகின்றோம்," என்றான்.

வாய்மை மிக்க வீரன், வண்மை மிக்க அரசனது பெருமையறிந்து அடிபணிந்து, அகங் குழைந்து மன்னிப்புக் கேட்டான்.

18. நரியும் சேவலும்

ஒரு நாள் ஒரு நரி தொலைவில் மேய்ந்து கொண்டிருந்த ஒரு சேவற் கோழியைக் கண்டது. தான் ஓடிப் பிடிப்பதற்குள் சேவல் ஓடிவிடும் என்று அதற்குத் தெரியும். ஆகவே சூழ்ச்சியால் கோழியைப் பிடிக்க வேண்டும் என்று எண்ணிக் கொண்டு அது கோழியினிடம், "தம்பி சேவலே, செய்தி தெரியுமா உனக்கு?" என்றது.

சேவல், பறந்து தப்ப இடமிருக்கிறதா என்று சுற்றும் முற்றும் பார்த்துக் கொண்டே, "என்ன செய்தி, பொல்லாத நரியண்ணரே!" என்றது.

இனி நமக்கிடையே எத்தகைய பொல்லாங்கும் இல்லை. விலங்குகள் எல்லாம் சேர்ந்து 'இனி ஒருவரை ஒருவர் கொல்லவோ தின்னவோ கூடாது. எல்லாரும் சைவமாய் ஒற்றுமையாய் வாழவேண்டும், என்று தீர்மானித்தன. அதனைக் கொண்டாட எல்லாரும் விழா அயர்கின்றனர். நாமும் விழாக் கொண்டாடலாம், வா," என்றது.

சேவலுக்கு நரியின் சூழ்ச்சி விளங்கி விட்டது. ஆகவே அது, "அப்படியா, மிகவும் மகிழ்ச்சியே. ஆனால் நமது விருந்திற்கு இன்னொரு பங்காளியும் வருகிறான். அதோ நாயண்ணா வருகிறான் பார்," என்றது. உடனே நரி ஓடத்தொடங்கிற்று.

அண்ணா, முன்பு விலங்குகளுக்குள் பொல்லாங்கு எல்லாம் தீர்ந்துவிட்டது என்றீர்கள்; இப் போது நீங்களே ஓடுகின்றீர்களே;' அஃது ஏன்? என்று கேட்டுச் சேவல் ஏளனம் செய்தது.

19. எதிலிருந்து பாதுகாப்பு ?

ஒரு பாதுகாப்புப் பொருளகத்திற்கு ஆட்கள் சேர்க்கப் பலர் ஆட்பேர் அமர்த்தப்பட்டிருந்தனர். அவர்களுள் காலடி என்பான் ஒருவன் இருந்தான். அவன் வாயடியிலும், பிறரை நயமாகப் பேசி வலியுறுத்துவதிலும் திறமை வாய்ந்தவன். ஆனால் அவன் பெரும்பாலும் எதிரியின் நிலைமையைக் கவனிப்பதோ, அவன் நேரத்தையும் வேலைகளையும் மதிப்பதோ இல்லை.

ஒரு நாள் தமது வேலையின் பொருட்டாக ஒருவர் விரைந்து தம் அலுவலகம் போய்க் கொண்டிருந்தார். காலடி பலகால் அவரைத் தன் பொருளகத்திற்கு உறுப்பினனாகச் சேர்க்க முயன்றும், அவர் நாளை நாளை என்று கடத்தி வந்தார். இன்று எப் படியாவது அவரை இழுத்துவைத்துத் தன் நோக் கம் வெற்றிபெறச் செய்ய வேண்டும் என்று அவன் தன் உள்ளத்தில் உறுதி செய்து கொண்டான். ஆகவே அவரைப் புன்முறுவலுடன் வலுவந்தமாகத் தனது நிலையத்திற்கு இழுத்து வந்து, 'எப்படியாவது இன்று என் கருத்திற்கு இணங்கியாக வேண்டும்,' என்றான்.

அப்பெரியவர் ஏதோ எண்ணியவராய், 'சரி, உம் அலுவலகத் தலைவரை இங்கே அழைத்துக் கொண்டு வருக !' என்றார்.

அலுவலகத்தில் சேரத்தான் தலைவரை அழைக்கிறார் என்று எண்ணிக்கொண்டு, காலடி மகிழ்ச்சியுடன் ஓடித் தன் தலைவரை அழைத்துக் கொண்டு வந்தான். தலைவரும் வந்தவரை வணங்கி முகமெலாம் புன்முறுவல் கொண்டு சேர்ப்புத்தாளை ஏந்தி, "எங்கள் அலுவலகத்தில் எல்லா வகையான பாதுகாப்புக்களும் கிடைக்கும். உயிர்ப் பாதுகாப்பு வெள்ளப் பாதுகாப்பு நெருப்புப் பாது காப்பு ஆகப் பல பாதுகாப்புக்களும் கிடைக்கும். தமக்கு எதிலிருந்து பாதுகாப்பு வேண்டும் ?" என் றார்.

பெரியார், "எனக்கு வேண்டும் பாதுகாப்பு ஒன்றுதான். அது தங்கள் 'ஆட்பே'ரிடமிருந்து வேண்டும் பாதுகாப்புத்தான்," என்று கூறிவிட்டுச் சரேலென்று வெளியேறி விட்டார்.

20. சிலந்தியின் படிப்பினை

ஆறுமுறை பகையரசரை எதிர்த்துப் போராடியும் வெற்றி பெறாமல் மனமுடைந்த அரசனொருவன், ஒரு குகையில் ஒளிந்து நினைவிலாழ்ந்திருந்தான்.

அந்த நேரத்தில் ஒரு சிலந்தி குகையின் ஒரு சுவரிலிருந்து மறு சுவருக்குத் தன் நூலைப் பறக்க விட்டு மிதந்து செல்ல முயன்று கொண்டிருந் தது. ஆறு தடவை முயன்றும் அது தோல்வியே அடைந்தது கண்டு, அரசன் அதன் செயலில் முற்றும் ஈடுபட்டு, இப்போது அதன் நிலையும் என் நிலையும் ஒன்றே. அது, என்ன செய்கிறது என்று பார்க்கிறேன்," என்று எண்ணிக் கொண்டான்.

மாந்தரின் அறிவுக்கு இடமில்லாத அச்சிலந்தியினிடத்தில் மாந்தரின் மனமுறிவுக்கும் ஒரு சற்றும் இடமில்லை என்றே தோற்றிற்று. அது சற்றும் அயர்வடையாமல் மீண்டும் பொறுமையுடன் சுவர் ஏறித் தாவிற்று. இம்முறை அதற்கு வெற்றியும் கிடைத்தது.

அரசனுக்கு இஃது ஒரு பெரும் படிப்பினை ஆயிற்று. 'முயற்சி திருவினையாக்கும்' என்ற உறுதியுடன் மறுமுறையும் போரில் வெற்றி பெற்றான்.

உண்மைகள் ஒன்றுக்கொன்று மாறுபட்டுக் கடமை மயக்கம் ஏற்படுங் காலத்தில் நடுநிலை கண்டு ஒழுகுந் திறம் வாய்ந்தவர், "செயற்கரிய செய்யும்" ஒரு சிலரே.

21. நடு நிலை

கிட்டத்தட்ட நூற்றைம்பது ஆண்டுகளுக்கு முன் ஃபிரான்சு நாட்டில் நெப்போலியன் ஒரு பேரரசனாக விளங்கினான். அவன் பெரும்பாலும் அந் நாளைய உலகத்தை முற்றும் வென்றடக்கிய வீரன். அவன் குடிகளும் படை வீரரும் அவனைத் தந்தை யென நினைத்து மதிப்பும் அன்புங்கொண்டு அவனுக்குத் துணைபுரிந்து வந்தனர். அன்பினால் மதிப்புக் கெடுவதும், மதிப்பினால் அன்பு குறைவதும் உலக இயற்கை. நெப்போலியன் போற்றத் தக்க வகையில் இரண்டும் கெடாதபடி பார்த்து வந்தான்.

ஒரு நாள் நெப்போலியன் தெருவிழியே போய்த் கொண்டிருந்தபோது போரில் நற்பெயர் வாங்கிய படை வீரன் ஒருவன் அவனைப் பார்த்து, "ஐயனே! இங்கே நான் ஒரு பந்தயம் வைத்துவிட்டேன். நான் வெற்றிலை போடும்போது தங்கள் உடை வாளால் பாக்கு வெட்டிக்கொண்டால் ஒரு நூறு பொன் பெறுவது என்றும் இல்லாவிட்டால் நூறு பொன் கொடுப்பது என்றும் பேசி யிருக்கிறேன். நட்புரிமையில் சொல்லிவிட்ட என் சொல்லைப் பாதுகாக்க வேண்டும்," என்றான்.

நெப்போலியன், "நான் என் நட்புரிமையையும் பாதுகாக்க வேண்டும், அரசுரிமையையும் பாதுகாக்க வேண்டும். நீ பந்தயமாக வைத்துக் கிடைக்கும் பணத்தின் பதின்மடங்கு உனக்குத் தருகிறேன். அன்றியும் பந்தயம் வைத்த உன் நண்பரும் நீயும் என் பெயரால் அரசமாளிகையில் விருந்தயர்க!" என்று அவர்களை அழைத்துக்கொண்டு சென்றான்.

22. யார் பெரியவர்?

காற்றுக்கும் பகலவனுக்கு மிடையே ஒரு சொற்போர் எழுந்தது, அவர்கள் இருவரிடையே யார் பெரியவர் என்றறிவதே அதன் நோக்கம்.

"அதோ சாலை வழியே செல்லும் மனிதன் போர்த்துச் செல்லும் போர்வையை அகற்றுபவர் யாரோ அவரே பெரியவர்,"என்று இருவரும்பேசிக் கொண்டனர்.

காற்றுத் தன் வன்மையையெல்லாம் சேர்த்து அடித்தது. மனிதன் தன்னாலியன்ற மட்டும் இறுக்கமாகப் போர்வையை இழுத்துப் போர்த்துக் கொண்டான்.

பகலவன் சற்றே காய்ந்தான்; மனிதன் உடனே போர்வையை அகற்றினான்.

பகலவன் மென் கதிர்களுக்குக் காற்றின் பெரு வீச்சுத் தோற்றது.

23. என் பொருள்; அதை என்ன செய்தால் என்ன?

குடியானவன் ஒருவன் ஓர் எருதை நையப் புடைத்துக் கொண்டிருந்தான். மாற்றுருவில் நாடு சுற்றிப் பார்வையிட்டு வந்த அந்நாட்டு இளவரசன் எருதின் மேல் மனமிரங்கிக் குடியானவனைப் பார்த்து, "ஏனப்பா இந்த எருதை இப்படி வருத்துகிறாய்," என்று கேட்டான்.

குடியானவன் அவனை அசட்டையாகப் பார்த்து "ஏன் ஐயா, உம் வேலையைப் பார்த்துக் கொண்டு போகிறதுதானே! எருது என் பொருள், அதை நான் என்ன செய்தால் உமக்கென்ன?" என்றான்.

இளவரசன் மனம் மிகவும் புண்பட்டது. உடனே அவன் தன் இடுப்பில் மறைத்து வைத் திருந்த நீண்ட சவுக்கை எடுத்துக் குடியானவன் முதுகில் விளாசினான். குடியானவன், "ஐயோ, அப்பா ! ஏன் என்னை இப்படி முறையின்றி அடிக்கிறாய்?" என்றான்.

இளவரசன், "அடே, சவுக்கு என் பொருள். அதை நான் என்ன செய்தால் உனக்கென்ன?" என்றான்.

குடியானவன் தன் பிழையறிந்து மன்னிப்புக் கேட்டுக் கொண்டான்.

24. காக்கைகள் கணக்கறிவு

ஒரு குடியானவன் தன் வயல்களில் காக்கைகள் வாராமல் காக்க வேண்டுமென்று பற்பல சூழ்ச்சிகள் செய்தான். அவற்றைச் சுடத் துப்பாக்கியுடன் சென்றால் அவை அத்துப்பாக்கி தொலைவிடம் செல்லும் வரை வருவதில்லை. ஆகவே அங்கே குடில் கட்டி அதில் துப்பாக்கியுடன் ஒளிந்திருந்து பார்த்தான். அவனும் துப்பாக்கியும் வெளிச் செல்வதைப் பார்த்தன்றிக் காக்கைகள் அண்டவில்லை.

"ஐயறிவினும் குறைபட்டவையாகிய இக்காக்கைகள் நம்முடன் போட்டியிடுவதா?

"எப்படி யாவது அவற்றை ஏமாற்றுகிறேன்," என்று, அவன் வரிந்து கட்டிக்கொண்டு முனைந்தான்.

தன்னுடன் துப்பாக்கியோடு இன்னொருவனைக் குடிலுக்குட் கூட்டிச் சென்று, அவனைத் துப்பாக்கி யுடன் வெளியே போகவிட்டு ஒளிந்திருந்து பார்த்தான். காக்கைகள் இரண்டு பேர் உட்சென்றதைப் பார்த்ததால், இன்னொருவன் வெளியே போகட்டும் என்று காத்திருந்தன.

குடியானவனுக்குக் கடுஞ்சினம் பொத்துக் கொண்டு வந்தது. அவன் 'இக் காக்கைகளுக்கு எண்ணக்கூடத் தெரியும்போலிருக்கிறதே! பார்ப்போம், எதுவரை அவற்றின் கணக்குச் செல்லும்' என்று எண்ணியவனாய் மறுநாள் மற்றும் இருவருடன் குடிலுக்குட் சென்று இருவரையும் வெளியே அனுப்பிவிட்டான். காகங்கள் அப்போதும் மூன்றாம் மனிதனுக்காகக் காத்திருந்தன.

அடுத்தநாள் நால்வர் உள்ளிருந்துகொண்டு மூவர் வெளியேறினர். காகங்கள் சற்று ஏமாறின ஒரு காகம் சுடப்பட்டு வீழ்ந்தது. அது முதல் காகங்கள் அப்பக்கம் நாடவில்லை.

குடியானவன் வீம்புடன், " காக்கைகளின் கணக்கு அறிவு இவ்வளவுதான். மூன்றுக்குமேல் எண்ணத் தெரியாது என்பது இப்போதுதான் தெரிய வருகிறது," என்றான்.

25. பொறுமைமிக்க சிறுமி

ஓர் ஊரில் பஞ்சம் நேர்ந்தது. பெரியவர்களும் சிறியவர்களும் வாடினர்.

செல்வனொருவன், அப்பஞ்சம் தீரும்வரை ஒவ்வொரு நாளும் ஒரு கூடை நிறைய அப்பங்கள் சுட்டு, ஊரிலுள்ள குழந்தைகளுக்கெல்லாம் ஆளுக் கொன்றாய்க் கொடுக்க ஏற்பாடு செய்தான்.

பசியால் வாடிய சிறுவரும் சிறுமியரும், நீ முந்தி, நான் முந்தி என்று மோதிக்கொண்டு வந்து கூடுமானவரை பெரியதாகப் பார்த்து ஒவ்வோர் அப்பம் எடுத்துக்கொண்டு போனார்கள். முதலில் எடுத்தவர்களுக்குப் மிகப்பெரிய அப்பமும் வரவரச் சிறிய அப்பங்களும் கிடைத்தன. கூட்டத்துடன் மோதாமல் தனித்து ஒதுங்கிப் பொறுமையுடன் நின்ற ஒரு சிறுமிக்கு இறுதியில் மீந்திருந்த மிக மிகச் சிறிதான ஓர் அப்பமே கிடைத்தது.

நாள்தோறும் அச்சிறுமி இப்படியே காத்திருந்து கடைசிச் சிறு அப்பத்தை எடுத்துக்கொண்டு போவாள். அதனோடு பிற சிறுவரைப்போல் அதை அங்கேயே தின்று விடாது, அவள் அதனைத் தன் மடியில் வைத்துக்கொண்டு போவாள்.

செல்வன் இதனை நன்கு கவனித்து அவள் மீது பரிவு கொண்டான்.

சிறுமி அக்கடைசி அப்பத்தைக்கொண்டு போய் மெலிந்து வாடும் தன் தாய்க்குக் கொடுத்து, அவள் வற்புறுத்திக் கொடுக்கும் சிறு துண்டை மட்டிலுமே தான் தின்று வந்தாள்.

ஒருநாள் வழக்கம்போல் அச்சிறு அப்பத்தை வீட்டிற்குக் கொண்டு போய்த் தாய் முன் அதைப் பிட்டுப் பார்க்கும்போது உள்ளேயிருந்து ஒரு பொன் காசு விழுந்தது.

வறியளாயினும் மன நிறைவும் நேர்மையும் உடைய அச்சிறுமியின் தாய், அதனை உடனே செல்வரிடம் திருப்பிக் கொடுக்கும்படி கூறினாள். செல்வன் அதனைக் கண்டதும் முன்னிலும் பன் மடங்கு மசிழ்ச்சியும் வியப்பு மடைந்தான்.

“எல்லாப் பிள்ளைகளும் தம் பசியினால் அப்பத்தை உடனே தின்றுவிட நீ மட்டும் ஏன் கொண்டுபோகிறாய்?" என்று அச்செல்வன் கேட்டான்.

அதன் காரணம் அறிந்தபோது அவன் உள்ளம் முன்னிலும் கனிவுற்றது. அவன் அப்பொறு காசை அவளுக்கே கொடுத்ததோடன்றி நாள் தோறும் அப்பஞ்சம் தீரும்வரை ஒவ்வொரு காசு அவள் வீட்டிற்கு அனுப்பிவர ஏற்பாடுஞ் செய்தான்.

சிறுமியும் தாயும் அதனைத் தமக்கெனப் பெற்றுக் கொள்ளாமல் ஏழைகளின் பொருட்டுப் பெற்றுத் தம்மாலியன்ற அளவு ஏழைகட்கு அதனால் உணவிட்டு வந்தனர்.

26. தந்தையின் உள்ளம்

சளுக்க அரசனொருவன் பாண்டியருடன் செய்த சண்டை யொன்றில் தன் ஒரே புதல்வனை இழந்தான். பாண்டி நாட்டினரிடையே அவன் சிறை பிடித்த வீரருள் ஒருவன், கிட்டத்தட்ட தன் மகனை யொத்த அகவையும் சாயலும் உடையவனாய் இருப்பது கண்டு, அவனைத் தன் மகனாகக் கொண்டு போற்றிவந்தான்.

சில ஆண்டுகள் கழிந்தபின் சோழ அரசனும் பல்லவ அரசனும் சளுக்க நாட்டின்மீது படையெடுத்தனர். அவர்களுடன் சண்டை செய்யப் பாண்டி நாட்டரசனும் தன் படைகளை உதவியாக அனுப்பியிருந்தான். இருபுறப் படைகளும் நெருங்கி வந்து போர் புரிவதற்காகப் பாசறைகள் அமைத்துக் காத்து நின்றன. அப்பொழுது முழு நிலாக் காலமானதால் சளுக்க அரசன், பாசறைக்கு வெளியில் வந்து உலாவிக் கொண்டிருந்தான். அவன் காதுகளில் தமிழ்ப்படைகளின் போர் ஆரவாரமும், போர் வீரமிக்க பாடல்களின் இனிய பண்களும் தென்றல் காற்றுடன் கலந்து வந்து இடை யிடையே மோதின.

திடுமென அரசன்ஏதோ நினைத்தவனாய்ப் பாண்டிய வீரனை அழைத்து வரும்படி ஏவினான்.

'அரசனுக்கு யாது பிழை செய்து விட்டோமோ' என்ற அச்சத்துடன் வீரன் அவன்முன் வந்து நின்றான்.

அரசன் அவனை நோக்கி, மைந்தா, நான் இதுகாறும் உன்னை அன்புடன் பேணி வந்திருக் கிறேன். "இப்போது என் கேள்வி ஒன்றிற்கு விடை கூறுக! உனக்குத் தாய் தந்தையர் இருக்கின்ற னரா?"

வீரன்:- ஆம், ஐயனே!

அரசன்:- *உனக்கு உடன் பிறந்தார் உண்டல்லவா?*

வீரன்:- *அத்தகைய நற்பேறு எனக்கில்லை ஐயனே! என் தந்தைக்குப் புதல்வன் நான் ஒருவனே, புதல்வியும் வேறில்லை.*

இதைக் கேட்டதும், அரசன் பெருமூச்சுவிட்டு, " அதோ பக்கத்தில் உன் நாட்டுப் படைஞர் பாடி யாடி இன்புறுகின்றனர். அவர்களுடன் போய்ச் சேர்ந்து கொண்டால் எளிதில் நீ உன் பெற்றோரிடம் சென்று சேரலாம்," என்று நாத் தழுதழுப்பக் கூறினான்

வீரனும் பிறரும் ஒன்றும் தோன்றாமல் திகைத்தனர்.

அரசன், ''மைந்தனே! உன்னை ஒத்த மைந்தனொருவனை இழந்த பின் எனக்கு உலகில் எதிலுமே இன்ப மில்லாமல் போயிற்று. போரில் எத்தனை வெற்றி கிட்டினாலும் என்னளவில் இனி மன நிறைவேற்படுவதற்கில்லை. என் போன்ற அரசர் எத்தனையோ பேருடைய வாழ்க்கைகளை இங்ஙனம் எளிதில் வெறுமையாக்கிவிட முடியும். ஆனால் உன்னை உன் பெற்றோரிடம் அனுப்புவதன் மூலம் என் துயர் தீராவிடினும் இன்னொருவர் துயரையாவது குறைத்தவனாவேன்," என்றான்.

அரசன் நல்லெண்ணங் கண்டு, கனிவும் நன்றியும் உடையனாய்த் தமிழ் வீரன் அவனை வணங்கி, ''தங்கள் தந்தையுள்ளத்திற்கு இறைவன் நிறைவளிப்பானாக! என் தாய் தந்தையரை இழந்த பின்பும் தந்தையைத் தந்த தந்தையாகிய உம்மை மறவேன்'' என்று கூறித் தன் நாட்டுக்கு விடை கொண்டு சென்றான்.

27. உலைவகற்றிய ஊசி

போலந்து நாட்டுப் பெருமகன் ஒருவன் ரஷ்யப்பேரரசனால் பல ஆண்டுகள் சிறையில் வைக்கப்பட்டான். சிறையில் இராப்பகல், வாரமென்றும் திங்களென்றும் வரையறையின்றி இருந்ததால் அவனுக்கு நேரம் போவது அரிதாயிருந்தது. அதனிடையே தன் பழங்கவலைகளையே எண்ணி எண்ணி, அவன் மனம் மிகவும் உளைந்து பித்துப் பிடித்துவிடும் போலிருந்தது. அச்சமயம் அவனுக்கு ஒரு புதிய எண்ணம் தோன்றிற்று. அவன் சட்டையில் அவன் மனைவி துணியினால் புனைந்த மலரொன்று குண்டூசிகளால் குத்தி வைக்கப்பட்டி ருந்தது. பெருமகன் அதனைக் கழற்றி அவ்வூசிகளை இருளடர்ந்த அவ்வறையில் வீசி எறிந்தான் பின் அவற்றைத் தடவித் தடவிப் பார்த்து எடுக்கலானான். வெளிச்சத்திலேயே கண்ணுக்குத் தெரிவது அரிதான அவ்வூசிகளை இருட்டில் தேடி எடுக்க நெடுநேரம்- சில சமயம் ஒன்றிரண்டு நாட்கள்கூட ஆயின. அவ்வேலையால் சோர்ந்த போது அயர்ந்து உறங்கி மீண்டும் அவன் அதே வேலையில் முனைவான்.

இவ்வகையில் ஆண்டுகள் பல சென்றன. ஒரு போரில் போலந்து மக்கள் வெற்றியடையவே அவன் விடுதலை பெற்று மனைவி மக்களுடன் சென்று சேர்ந்தான். அவன் தன் சட்டையில் குத்தி வைத்திருந்த நாலு குண்டூசிகளும் தனக்கு அளித்த பயனைக் கூறக் கேட்ட அவன் மனைவி அவற்றைத் தன் கழுத்தில் அணிந்த பதக்கம் ஒன் றில் பன்மணிகளுக்கு நடுவில் பதிப்பித்து அணிந்து வந்தாள். கணவன் அமைதி காத்த அவ்வூசிகள் அவளுக்கு, அவன் உயிர் காக்கப்பட்ட அரு மையை நன்கு நினைவூட்டும் நன்மணிகளா யமைந்தன.

28. சிறுமியின் அறிவுத்திறம்

ஒரு தொழிற் சாலையின் உயர்ந்த தூபி ஒன்றைக் கட்டிய தொழிலாளர், அது கட்டி முடிந்தவுடன் அதனுச்சியிலிருந்து உருளையிட்டிறக்கப் பட்ட கயிற்றேணியின் வழியாக இறங்கினர். ஆனால் நினைவு மாறாட்டத்தால் கடைசி மனிதன் இறங்கு முன்பே கீழ் இருந்த வேலையாள் உருளையினின்றும் நூலேணியைக் கீழே வாங்கி விட்டபடியால், பல பனை உயர மிருந்த கோபுரத்தினுச்சியில் தன்னந் தனியே நின்ற அக்கடைசி மனிதன் இன்னது செய்வதென்றறியாது விழித்தான். அவன் தோழர்கள் அடியில் நின்று அவனினும் பன்மடங்கு மனங் கலங்கித் திகைத்து நின்றனர்.

உச்சியிலில் நின்ற தொழிலாளனுடைய சிறுமி இதனைக் கேட்டாள். பெரியவர்கள் எல்லாருக்கும் தோன்றாத எண்ணமொன்று அவளுக்குத் தோன்றிற்று. அவள் கோபுரத்தின் அடிப்பாகம் சென்று தந்தையைக் கூவியழைத்தாள். தந்தை அவள் பக்கம் பார்த்ததும் அவள் தன் மேலாடையை எடுத்துக் கிழித்து நீளமாக முடிந்து காட்டி இது போல் உன் தலைப்பாகையைக் கிழித்துக் கீழே தொங்கவிடு என்றாள். தொழிலாளிக்கு முதலில் அது எதற்காக என்று விளங்கா விட்டாலும் செயலற்ற நிலையில் ஏதேனும் செய்வோம் என்று அங்ஙனமே செய்தான்.

சிறுமி அதன் கீழ் நுனியில் கனத்த நூல் கயிற்று உருண்டையைச் சுற்றி அதனை இழுக்கும் படி கூறினாள். பின் நூல் கயிற்றின் அடியில் பெருங் கயிற்றையும் அதனடியில் நூலேணியையும் கட்டினாள். தொழிலாளிக்கும் கீழிருந்த அவன் தோழர்களுக்கும் இப்போதுதான் சிறுமியின் நுண்ணறிவு விளங்கிற்று. தொழிலாளி நூலேணியை உருளையிலிட்டுக் கட்டிக் கீழே இறங்கித் தன் சிறு

புதல்வியை மகிழ்ச்சியுடன் எடுத்து வாரி யணைத்துக் கொண்டான்.

29. குறைகுடம் கூத்தாடும்

சோழப் பேரரசனாகிய இராசராசன், தஞ்சைப் பெருங்கோயில் கட்டுவதில் பேரூக்கம் காட்டி வந்தான். முன்னமே குறிப்பிட்ட நல் ஓரையுள், அதனை முடிக்கும்படி வேலையை விரைவுபடுத்த வேண்டுமென்று அவன் திருப்பணி மேலாட்களுக்குக் கட்டளை பிறப்பித்திருந்தான்.

வேலைக்கு எத்தகைய குந்தகமுமில்லாமலேயே அதனைப் பார்வையிட விரும்பிப் பேரரசன் யாதோர் ஆரவாரமுமின்றிப் பொது வழிப்போக்கன் போன்ற உடையுடன் ஒற்றை மாட்டு வண்டியிலேறிக் கோயிற்பக்கம் வந்தான்.

யாரோ வெளியூரான் கோயிலுக்கு வந்திருப்பதாக எண்ணி, வேலையாட்கள் தங்கள் வழக்கமான வேலையிலீடுபட்ட வண்ணமாயிருந்தனர்.

கோயிலின் ஒருபுறம், பெரிய உத்தரக் கல்லொன்றைச் சுவர்மேல் ஏற்றவேண்டி யிருந்தது. நூற்றுக் கணக்கானவர்கள் தோள் கொடுத்தும் அதை சுற்றிக் கட்டிய கயிறுகளை உருளையிட்டு இழுத்துங் கூடக், கல் மிகவும் பளுவாயி ருந்ததனால் உயர்த்தமுடியாது சற்றுச் சோர்வடைந்தனர். அத் தொகுதியின் மேலாள், "சீ, சோற்றாண்டிகளா முழு மூச்சுடன் தூக்குகிறீர்களா என்ன?" என்று தொலைவில் நின்று கூவிக்கொண்டிருந்தான்.

பேரரசன் மேலாளை நோக்கி, "ஐய! தாங்களும் சென்று கைகொடுத்து ஊக்கப்படாதா?" என்றான்.

மேலாள் திடுக்கிட்டு அரசனை ஏற இறங்கப் பார்த்து, "என்ன ஐயா! உமக்கு, நான் மேலாள் என்பது தெரியவில்லையோ?" என்று இறுமாப்புடன் கேட்டான்.

அரசன், தங்களை அறியாது கூறிவிட்டேன். " ஐயனே! பொறுத்தருள்க,'' என்று கூறிவிட்டுத் தானே வண்டியிலிருந்து இறங்கி வேலையாட்களுடன் தோள்கொடுத்து ஊக்கினான். பார்வைக்குப் பெருஞ்செல்வர் போல் தோன்றிய அவரது முயற்சி கண்டு அனைவரும் முழு முயற்சியிலீடுபட்டுக் கல்லைத் தூக்கிவிட்டனர்.

மறுநாள் மேலாளுக்கு அரசனிடமிருந்து வந்த ஆணைச் சீட்டில், இனித் திருப்பணிக்கு ஆள் போதாதிருந்தால், அரசருக்குச் சொல்லியனுப்புக!" என்ற வாசகத்தைக் கண்ட மேலாளது உடல் எண்சாணும் ஒரு சாணாகக் குறுகிற்று. தன் இறுமாப்பின் சிறுமையையும் அரசனின் எளிமையையும் எண்ணி, அவன் மனநொந்து அன்றுமுதல் திருப்பணியில், தானே நேரிடையாக ஊக்கங் காட்டி வேலையாட்களுக்கு எழுச்சி தந்தான்.

30. அறிவும் அறியாமையும்

நாகரிகம் மிக்க நாடுகளில் கூடக் கல்வியறிவு குறைந்த மக்கள் தம் அறிவுக் கெட்டாதவற்றை மாயம் என்றும், மந்திரம் என்றும், தெய்வீகமென்றும் நம்பி அல்லலுறுகின்றனர். இந்நம்பிக்கையால் புதிய பொருள்களை அறியும் ஆராய்ச்சியறிவைப் பெறாது அவர்கள் அறியாமைச் சேற்றிலேயே அழுந்திக் கிடக்க நேருகிறது.

உலக நாகரிகப்படியில் இன்னும் மிகத்தாழ்ந்த படியிலேயே இருக்கும் தென்கடல் பகுதியிலுள்ள மக்களைப் பற்றிய கீழ்வரும் கதை இதற்கு ஒரு சிறந்த எடுத்துக்காட்டு ஆகும்.

சமயப் பணியிலீடுபட்ட ஆங்கிலப் பெரியார் ஒருவர், அப்பணியை முன்னிட்டு மேற்குறிப்பிட்ட தென்கடல் தீவுகளுள் ஒன்றில் மனைவியாருடன் சென்று தங்கியிருந்தார்.

ஒருநாள் பக்கத்தூருக்கு வேலையாகச் செல்லும் போது அவர் தம்முடன் தம் பணப்பையை எடுத்து வர மறந்துவிட்டார். அது நினைவிற்கு வந்ததும், அவர் அங்கே கிடந்த ஓட்டுத் துண்டொன்றை எடுத்துச் சுண்ணாம்புக் கட்டியால் மனைவிக்கு அதன்மீது ஒரு குறிப்பெழுதி அங்கிருந்த ஒரு குடி யானவனை அழைத்து, "இதனை என் மனையாட்டியிடம் கொடுத்து, அவள் தருவதை வாங்கிவா," என்றார்.

குடியானவன்: "என்ன வேண்டுமென்று அவளிடம் சொல்லவேண்டாமா?" என்றான்.

பெரியார் : நீ ஒன்றும் சொல்ல வேண்டியதில்லை. அவள் தருவதை வாங்கிவா.

எழுத்தறிவு அந்நாட்டார் அறிவெல்லைக்கு அப்பாற்பட்டதாயிருந்தது. ஆகவே, குடியானவன், “இது என்ன?

"இது என்ன? வேண்டா வேலையாயிருக் கிறது! ஓர் ஓட்டை இத்தனை தொலை வீணில் சுமந்து செல்லச் சொல்லுகிறாரே இவர்!" என்று எண்ணினான்.

ஆனால், வீட்டில் பெரியாரின் மனையாட்டியிடம் அவ்வோட்டுத் துண்டைத் தந்ததே அவள் அதைப் பார்த்துவிட்டு விரும்பிய பொருளை எடுத்துக் கொடுத்துவிட்டாள். வியப்புடன் அவன், "அம்மா, ஐயாவுக்கு வேண்டிய பொருள் இன்ன தென்று நான் சொல்லாமல் நீங்கள் எப்படி அறிந்தீர்கள்?" என்றான்.

அவள் சிரித்துக்கொண்டே, "நீ சொல்லா விட்டாலும் ஓடுதான் சொல்லிற்றே !" என்றாள்.

குடியானவன் அவள் சொல்லை அப்படியே நம்பிவிட்டான். அம்மையார் எறிந்த ஓட்டை அவன் தலைமேற்கொண்டு எல்லாரிடமும், "ஆங்கிலேயர் எப்படி உலகை ஆளுகிறார்கள் தெரியுமா? அவர்களிடம் தெய்வசித்து இருக்கிறது. அவர்கள் அச்சித்தினால் ஓட்டைக்கூடப் பேச வைக்கிறார்கள்," என்று கூறினான்.

அந்நாட்டு மக்கள் அவ்வோட்டை ஒரு தெய்வமாக்கி அதற்குக் கோயில் கட்டினர். சமயப் பணியாளர் எவ்வளவு முயன்றும் இப்புதிய தெய்வ வணக்கத்தைத் தடுக்க முடியவில்லை. அவர் சித்தாகிய கல்விப் பயிற்சி முறையை அவர்கள் ஏற்கச் செய்யவும் இப்புதிய தெய்வ வணக்கம் பெருந் தடையாயிற்று. ஏனெனில் அவர் எழுதிய எதனையும் அவர்கள் தெய்வமாகக் கொண்டு கும்பிடத் தொடங்கினரேயன்றி அதனைக் கற்றுக் கொள்ள முயன்றார்களில்லை.

31. சென்ற பொருள் மீளும், சென்ற காலம் மீளாது

பொருள் முயற்சியில் முனைந்த வணிகர் ஒருவர் மதுரையில் பெரிய கடை ஒன்று வைத்திருந்தார்.நாட்டுப்புறத்துச் செல்வர் ஒருவர் அவர் கடையில் வந்து ஒரு பொருளை வாங்க எண்ணி விலை கேட்டார். கடை வழக்கப்படி பையன் அதன் கண்டிப்பான விலை ஒரு வெள்ளி என்று முதலிலேயே கூறிவிட்டான். வாதாடியே கொடுக்கல் வாங்கல் செய்து பழகிய செல்வர் இரண்டு நாழிகை பையனுடன் வாதாடியும் மறுவிலை பெறாமையால் வணிகரிடமே நேரில் வந்தார். வணிகர் அப்போது தம் கணக்குகளைச் சரி பார்த்துக் கொண்டிருந்தார். அவ்வேலையை ஒதுக்கி வைத்து விட்டு வந்தவரிடம், 'தங்களுக்கு என்ன வேண் டும் ?' என்றார்.

செல்வர் : இப்பொருளின் விலை ஒரு வெள்ளியென்று இரண்டு நாழிகையாக உங்கள் பையன் சாதிக்கிறான். இதைக் குறைத்துக் கொடுக்கக் கூடாதா?

வணிகர் : இப்போது இதன் விலை ஒன்றரை வெள்ளி.

செல்வர் : என்ன ஐயா, பையன் கூறியதை விடக் கூடுதல் கூறுகிறீரே?

வணிகர் : ஆம்; எங்கள் பொருளுக்கு ஒரே விலைதான். ஆனால் நீங்கள் பையனை நெடு நேரம் பேச வைத்து விட்டீர்கள். அதற்காக அரை வெள்ளி தரவேண்டும். என்னையும் பேச வைத்தால், இன்னும் அரை வெள்ளி சேர்த்து இரண்டுவெள்ளி தரவேண்டும்.

செல்வர் : ஏன் ஐயா ! பேசுவதற்குக் கூடவா பணம்?

வணிகர் : ஐயா, நீங்கள் முயன்று பொருள் ஈட்டியவர்கள் அல்லர் போல் தோன்றுகிறது. பொருள் செலவானால் வரும்;

நேரம் செலவானால் வருவதில்லை. உம் நேரத்துடன் எங்கள் விலையேறிய நேரத்தை இனியும் வீணாக்கவேண்டாம்

செல்வர் தம் பிழையறிந்து இரண்டு வெள்ளியே தந்து அப்பொருளை வாங்கினார்.

ஆனால் அவர் கொடுத்த அதிகப்படி வெள்ளிக்கு அவர் அரியதொரு படிப்பினை பெற்றார்.

32. சிறியார் சிறு பிழையும் பெரியார் பொறையும்

திருநெல்வேலி வட்டத்தைச் சேர்ந்த இளைஞன் ஒருவன் இசையரங்குகள் நடத்திப் பொருளீட்டி வந்தான். பொருள் வருவாயை மிகுதிப்படுத்த அவன் கையாண்ட முறைகள் பல. அவற்றுள் ஒன்று அவன் வெளியிட்ட துண்டறிக்கையில் அவன், தன்னை இசைவாணராகிய மணவாள நம்பியின் மாணாக்கன் என்று குறிப்பிட்டுக் கொண்டதாகும். இக்குறிப்பு அவனுக்குப் பலர் நட்பையும் பாராட்டையும் தந்து மிகுதியான பொருள் வருவாயையும் உண்டுபண்ணவே அவன் எங்கும் இச் சூழ்ச்சியைக் கையாளலானான்.

மணவாள நம்பியின் ஊர் திருவனந்தை என்று அறியாத அவ்விளைஞன், அங்கும் இத்தகைய விளம்பரமே செய்திருந்தான். அவ்வூரார் ஒருவர் தற்செயலாக "நீர் மணவாள நம்பியின் மாணவராயிருக்கிறீரே, அவர் ஊரில் அரங்கு நடத்தும்போது அவரையும் அழைக்க வேண்டாமா?" என்றார்.

எதிர்பாராத இவ்வுரையைக் கேட்டதும் இளைஞனுக்குப் பெருங்கவலை ஏற்பட்டது. எங்கே தன் 'குட்டு' வெளிப்பட்டுத் தன் பிழைப்புக்குக் கேடு வருமோ என்று அவன் அஞ்சினான். ஆயினும் ஒருவாறு உளந்தேர்ந்து அவன் மணவாள நம்பியின் இல்லமுசாவி அங்கே சென்று அவரிடம் தன் ஏழ்மை நிலை, தன் முயற்சி ஆகியவற்றைக் கனிவுடன் எடுத்துரைத்து இறுதியில் பிழைப்பை எண்ணித் தான்செய்த சிறுபிழையை வெளியிட்டுத் தன்னைப் பொறுத்து ஆதரிக்குமாறு மன்றாடினான்.

முதுமையால் உடல் தளர்ச்சியுற்றிருந்த மணவாள நம்பி புன்முறுவலுடன், "சரி, அரங்கில் பாடப்போகும் பாடலைக் கொஞ்சம் பாடு பார்ப்போம்!" என்றார். அரையுயிர் வந்தவனாய் இளைஞன் பாடினான். மணவாள நம்பி அவற்றில் ஆங்காங்குச் சீர்திருத்தம் செய்து அப்பாடல்களைப்

பின்னும் நயப்படுத்தியபின் 'உன்பொய்யை மெய்யாக் கிவிட்டேன். இனி நீ கவலையின்றி உண்மையிலேயே என் மாணவன்" என்று விளம்பரம் செய்யலாம் என்றார்.

மணவாள நம்பியிடமிருந்து இசையை மட்டுமன்றி வாழ்வின் இசையாகிய பெருந்தன்மையையும் அவன் கற்றுக்கொண்டான்.

33. வண்மையும் வீரமும்

படக்காட்சிகளில் நுழைவுச் சீட்டுகள் பெறும் போதும், மின்னூர்திக்குள் இடம் பெறப் போட்ட யிடும்போதும் நம் நாட்டில் ஆண்களும் பெண்களும் நெருக்கித் தள்ளிக்கொண்டு அல்லலுறுவதைப் பலரும் பொதுப்படையான காட்சியாகக் கண்டிருப்பர். நமது தன்னலம், 'பெண்டிருக்கும் பிள்ளைகளுக்கும் முதலிடம் கொடுக்க வேண்டும்' என்ற அளவுக்கு இன்னும் பண்பட வில்லை. பொது நிகழ்ச்சிகளிலேயே இப்படியானால் உயிர்க்கு ஊறு நேரும் காலத்தில் நம் நடைமுறையைப் பற்றிக் கேட்க வேண்டியதில்லை. மின்னூர்தியில் தீ ஏற்பட்டுவிட்டால் பிற பெண்களும் பிள்ளைகளும் என்று மட்டுமல்ல; நம் பெண்டு பிள்ளைகளைக் கூடப் பாராமல் நசுக்கித் தள்ளிவிட்டு உயிர் தப்பிப் பிழைக்க விரையும் நிலைக்கு நாம் பண்பாடு கெட்டு விட்டோம். வகுப்பு வேற்றுமை காட்டும் மனப் பான்மையின் ஈனத்தன்மை வேறு.

இந்நிலையில் கீழ்வரும் ஆங்கில மக்களைப் பற்றிய வரலாறு நமக்கு ஓர் அரியபடிப்பினை ஆகும்.

உலகின் மிகப் பெரிய கப்பல்களில் ஒன்றாகிய 'பிர்க்கென்ஹெட்' ஆபிரிக்காக் கரைக் கப்பால் ஒரு பாறையில் மோதி மிக விரைவில் நீரில் மூழ்கத் தொடங்கிற்று.கப்பலில் இருந்த ஆயிரக்கணக்கான மக்களில் முக்கால் பங்குப் பேர் போர்வீரர்கள். மற்றவர்கள்பெண்டு பிள்ளைகள். கப்பல்களிலிருந்து தப்பியோடுவதற்கான படகுகள் நூறு இருநூறு பேருக்குமேல் ஏற்றிச் செல்லத் தக்கவையாயில்லை. கப்பல் தலைவரும், போர்வீரர் தலைவரும் யாது செய்வதெனச் சட்டென்று ஆராய்ந்து முடிவுகட்ட வேண்டியிருந்தது. போர்த் தலைவர் யாதொரு அட்டியுமின்றிப் பெண்டு பிள்ளைகளை மட்டும்

காப்பாற்றுங்கள்; என் போர் வீரர்களை நான் பார்த்துக்கொள்கிறேன்,” என்றார்.

உடனே போர்வீரர் தலைவர், போர்முரசறைந்து வீரரை அழைப்பித்தார். கப்பல் மீகாமன் பெண்டு பிள்ளைகளை அழைப்பித்தார். சில வினாடிகளுக்குள் அவர் ஆணைப்படி பெண்டு பிள்ளைகளும், சில கிழவர்களும் படகுகளிலேறிக் கப்பலை விட்டு வெளியேறினர். போர் வீரர்கள் கப்பலின் மேல்தட்டில் அணிவகுத்து நின்று என்றுமில்லாப் பெருமகிழ்ச்சியுடன் அப்பெண்டு பிள்ளைகளிருந்த படகு நோக்கிக் கைக் குட்டையை வீசி அவர்களை வழியனுப்பினர்.

தமக்கென உயிர்மறுத்த வீர மறவரை யெண்ணி, ஆங்கிலப் பெண்மணிகள் ஆராக் கண்ணீர் விட்டனர். ஆனால் மூழ்கும் கப்பலிலிருந்த வீரர், கப்பல் மூழ்குமுன்னரே இருகூறாக அணிவகுத்து நின்று ஒருவரை ஒருவர் இலக்குத் தவறாது தலைவர் உத்தரவுப்படி ஒரே நொடியில் சுட்டுக்கொன்றனர்.

பழந்தமிழ் வீரர் மரபில் வந்த நாம் இத்தகைய வீரராகும் நாள் எந்நாள்? நம் பெண் மக்கள், நம் பிள்ளைகள், நம்மிடையே முதியோர், நலிந்தோர் ஆகியவரைப் பேணித் தன்னல மறுத்துப் புகழ் பெறும் நாள் எந்நாள்? அதுவே நன்னாள், அதுவே நம்நாள் ஆகும் என்னலாம்.

34. நாய் காட்டிய நன்றி

குற்றாலத்தை யடுத்த தென்காசி நகரில் மருதவாணர் என்ற பெருங்குடிவாணர் ஒருவர் இருந்தார். அவரிடம் செங்கோடன் என்றோர் அரிய வேட்டை நாய் இருந்தது. மருதவாணர் சூரற்கா டடர்ந்த குற்றாலத்துக் குன்றுகளில் வேட்டையாடவும் வேடிக்கை பார்க்கவும் நாயுடன் போவது வழக்கம். குற்றாலத்துப் பருவமாகிய ஆனித் திங்களுக்கு மூன்றுமாத முன்னாக மஞ்சுமூடிய நாளொன்றில் செங்கோடனுடன் சென்றவர் திரும்பி வரவில்லை. நெடுநாள் செங்கோடனைப் பற்றியும் மருதவாணரைப் பற்றியும் யாதொரு துப்பும் வாராமற் போகவே அனைவரும் இருவரையும் புலிதான் அடித்திருக்க வேண்டும் என்று எண்ணி வருந்தினர்.

மூன்று மாதங் கடந்து சூரல் குழை வெட்டச் சென்ற ஒரு குடியானவன் மழைக்காலத் தண்ணீர் குடைந்து ஏற்பட்ட முழைஞ்சு ஒன்றின் பக்கம் ஓர் ஈனக்குரல் கேட்டு அப்பக்கம் சென்றான். தோலும் எலும்புமான உயர்தர நாய் ஒன்று, எலும்பு வற்றலாய்க் கிடந்த ஒரு பிணத்தைக் காவல் காத்து நின்றதைக் கண்டான்.

நாயின் கழுத்துப் பட்டையால் பிணமானவர் மருதவாணரே என்று தெரிந்தது. மஞ்சு மூடிய கொடும்பாறை உச்சியினின்று வீழ்ந்திறந்த அவர் உடலை, அப்பெரிய வேட்டைநாய் மூன்று மாத காலம் ஆளற்ற காட்டில் காத்து நின்றதென உய்த்துணர்ந்த அக்குடியானவன், வேறு சிலரை அழைத்து வந்து மருதவாணர் எலும்புக்கூட்டுடன் நாயையும் ஊர்கொண்டு வந்து சேர்த்தான். அவ் வெலும்பு எரிக்கப்பட்ட பின்னர், நாய் அவர் வீட்டிற்கு மீண்டது.

அதன்பின் வாரம் ஒரு முறையேனும் அந் நாய் எத்தகைய கட்டையும் அறுத்துத் தன் தலைவர் எலும்பு எரியூட்டப்பட்ட இடம் சென்று வந்ததென அந்நகரத்தார் கூறுகின்றனர்.

35. தந்தை சொற் பிழைத்ததற்கான தண்டனை

ஆங்கில நூலாசிரியரிடையே பேனாமுனைத் திறமட்டுமன்றி நாத்திறமும், அறிவோடு அன்பும் அமைதியும் நிறைந்த உளப்பாடும் பெற்ற அருளாளர், பேராசிரியரென நன்மதிப்புப் பட்டம் பெற்ற ஜான்ஸன் என்ற பெரியார். அவருடைய பெரு வாழ்விலுள்ள சிறு பிழை ஒன்றை மிகுந்த சுவையுடன் அவர் எடுத்துக் கூறியிருக்கிறார்.

பெரியார் என்றும் பேரறிஞர் என்றும் மதிக்கப்பட்ட அவர், ஒருகால் உச்சி வேளையில் லிச்ஃபீல்டு என்ற நகரச் சந்தையில் மக்கள் நடமாட்ட மிகுதியாலும் பொருட்சிதைவாலும் அருவருக்கத்தக்க முறையில் சேறாகக் கிடந்த பகுதி ஒன்றில் யாவருங் காண மேலாடையும் தலையணியும் அகற்றி அரை நாழிகை நேரம் நின்றாராம். அது எதற்கென அறியாது முதிய பெண்டிரும் சிறுவர் சிறுமியரும் அவரை எள்ளி நகையாடினராம். ஆனால் அவர் அங்ஙனம் வாளா நின்று ஒருவரிடமும் ஒன்றும் கூறவில்லையாம்; பின்னர், தம் இல்லத்திற்குத் திருப்பிச் சென்றாராம்.

இதனைக் கவனித்திருந்த அறிஞர் ஒருவர் நெடுநாள் கழித்து அவரைக் கண்டபோது அது பற்றி உசாவினார். அப்போது அவர் கூறியதாவது :

"இளமைக் காலத்தில், ஒரு நாள் என் தந்தை சந்தைக்குப் போகும்போது என்னையும் உட னழைத்துச் செல்ல விரும்பினார். அப்போது நான் கல்லூரி மாணவனா யிருந்தேன். ஆரவார உடையில் விருப்பமும், பகட்டு வாழ்வும் என்னிடம் குடி கொண்டிருந்தன. ஆகவே, அன்று விடுமுறை நாளாயிருந்தும் நாட்டுப்புற உடையில் சென்ற என் தந்தையுடன் என் நண்பர்களும் பிறரும் காணச் சந்தைக்குக் கூடை சுமந்து செல்ல வெட்கி நான் உடன்செல்ல மறுத்துவிட்டேன்.

" அதே சந்தைப் பக்கமாகப் பெரியவனான பின் நான் போன போது இச்செய்தி எனது நினை வுக்கு வந்தது. என் பிழையை நான் உணர்ந்து கொண்டேன். நேரில் மன்னிப்புப் பெறத் தந்தை அப்போது உயிருடனில்லை. ஆகவே அவர் உயிர் நிலையை எண்ணி நானே என்னைத் தண்டிப்பதன் வாயிலாக மனச்சான்றின் வழி அவர் மன்னிப்பைப் பெற எண்ணினேன். முன் தந்தை பணி மீறக் காரணமாயிருந்தது 'பிறர் ஏளனஞ் செய்வார்களே ' என்ற அச்சமே யாதலால் அவ்வேளனத்தை இப்போது விரும்பி மேற்கொள்வதனால் தந்தை உயிர் நிறைவடையும் என்று எண்ணி அங் ஙனம் சந்தையிற் சென்று நின்று என் குற்றத்திற் குக் கழுவாய் தேடினேன்'' என்றார்.

அறிஞர்க்கும் பிறர்க்கும், இச்செய்தி கேட்டு உள்ளூர நகை ஒரு புறமும்,பரிவு ஒருபுறம் தோன்றின ஆனால் அவற்றின் மிகுதியாக அப்பெரியாரின் எளிமையினிடையே தோன்றிய பெருந்த கைமைகண்டு மகிழ்வும் இறும்பூதும் வேறு தோன்றின.

தந்தை சொல் மிக்க மந்திரம் இல்லை'' என்பதனை விளக்க இதனினும் சிறந்த நிகழ்ச்சி காணக் கூடுமா?

36. ஐம்பதுரூபா இலாபமே

ஒரு தொழிற்சாலையின் தலைவர் மிகுந்த கண்டிப்புள்ளவராக இருந்தார். அவர் தமது நேரத் தைச் சிறிதும் வீண் போக்குவதே இல்லை. பத்திரிகைக்குச் செய்தி யனுப்புவோர் முதலானவர்களை அவர் பார்ப்பதே இல்லை.

ஒருநாள் பத்திரிகைச் செய்தியாளர் ஒருவர் தம்மைச் சிறிது நேரம் பார்த்துப் பேசவேண்டும் என்று செய்தியனுப்பினார். அதற்குத் தொழிற்சாலைத் தலைவர் தாம் யாரையுமே பார்ப்பது இல்லை யென்றும் அப்படிக் கட்டாயமாகப் பார்த்துத்தான் தீரவேண்டுமென்னின் ஐந்து நிமிட நேரம் மட்டும் பார்க்கலாமென்றும் அதன் பொருட்டு ரூபா ஐம்பது தரவேண்டும் என்றுஞ் செய்தியனுப்பினார்.

பத்திரிகைச் செய்தியாளர் (நிருபர்) ரூபா ஐம்பது தந்து ஐந்து நிமிட நேரம் பேச விருப்பம் என்றும் மறுமொழி யனுப்பினார். தொழிற்சாலைத் தலைவர் அதற்கு நாளும் மணியுங் குறிப்பிட்டுத் தெரியப்படுத்தினார்.

குறிப்பிட்ட நாளில் பத்திரிகையாளர் தொழிற்சாலைத் தலைவரைப் பார்த்தார். அவர் கேட்டிருந்த படி ரூபாய் ஐம்பதையுங் கொடுத்துவிட்டு ஒன்றுக்கும் பயனற்ற வீண் பேச்சுக்களைப் பேசிக் கொண்டிருந்தார். ஐந்து நிமிடமானதும் தொழிற்சாலைத் தலைவர், பத்திரிகையாளரைப் பார்த்து, "நீர் ரூபா ஐம்பதை இழந்துவிட்டீர் போலிருக்கிறதே" என்றார்

இதனைக் கேட்ட பத்திரிகையாளர், "அப்படி யன்று,ஐம்பது ரூபா இலாபமே," என்று கூறினார். தொழிற்சாலைத் தலைவர், "அஃதெப்படி இலாபம் ?" என்று கேட்கப் பத்திரிகையாளர், நானும் நண்பர் ஒருவரும் பந்தயம் போட்டோம்; அவர் தங்களைப் பார்க்கவே முடியாதென்றும் அப்படிப் பார்த்துவிட்டால் தாம் ரூபா நூறு தருவதாகவும் உறுதி மொழி

கூறினார்; நானோ தங்களைப் பார்க்க முயன்று வெற்றி யடைந்தேன்; தங்கட்குக் கொடுத்த ரூபா ஐம்பது போகப் பாக்கி ரூபா ஐம்பதும் இலாபமே” என்று கூறினார்.

இதனைக் கேட்ட தொழிற்சாலைத் தலைவர், 'அப்படியா செய்தி?” என்று சொல்லி மூக்கின் மேலே விரலை வைத்தார்.

37. அழுகைக்குக் காரணம்

நீதி மன்றத்திலே ஒரு வழக்கு நடைபெற்றது. வழக்காளியாக ஏற்பட்டது ஒரு நான்கு வயதுக் குழந்தை. குழந்தையின் பக்கமாகச் சொற்போரிட்டுக் கொண்டிருந்த வழக்கறிஞரானவர் நீதிமன்றத் தலைவருடைய மனத்தை மாற்ற எண்ணினார். அவர் நீதிமன்றத் தலைவரைப் பார்த்து, இச்சிறு குழந்தையைப் பாருங்கள். இன்னுங் கண் திறவாத பச்சிளங் குழந்தை. தாய் தந்தையர் இருவருமே இறந்து போய்விட்ட படியினால் திக்கற்றவனாய் இறக்கையில்லாத பறவையைப் போல் இருக்கிறான். இவன் மீது நீங்கள் இரக்கங் காட்டாமலிருப்பீர்களாயின் எதற்கும் பயனற்றவனாகப் போய்விடுவான்'' என்று பலவாறு பேசியதோடு குழந்தையைக் கையிலே தூக்கிக் காட்டி உருக்கமாகப் பேசினார்.

அப்போது வழக்கறிஞருடைய கையிலே இருந்த குழந்தை கூச்சலிட்டு அழுதான். அதைப் பார்த்து நீதிமன்றத் தலைவர் மன இரக்கத்தோடு எண்ணமிட்டுக் கொண்டிருந்தார்.

இதனைக் குறிப்பாக உணர்ந்துகொண்ட எதிர் வழக்காளியின் வழக்கறிஞரானவர் எழுந்து, 'குழந்தாய்! நீயேன் இப்படிக் கதறியழுகிறாய்?" என்று கேட்டார்.

அதற்கு அச்சிறுவன், " எவனோ என் பின் பக்கத்திலே அடிக்கடி கிள்ளுகிறான்" என்று சொல்லிக்கொண்டே, மேலும் அழுதான்.

38. பட்டை நாமம்

ஓர் ஊரில் மருதப்பன் என்னும் பெயருடையவன் ஒருவன் இருந்தான். இவனுக்குச் சிறிது நில புலன்கள் இருந்தன. மக்கட்பேறு அதிகமாகிக் குடும்பம் பெருகிக் கொண்டிருந்தது. நிலபுலங்களின் வருவாய் குடும்பத்தைப் பாதுகாப்பதற்குப் போதியதாக இல்லை.

ஆகவே மருதப்பன் ஊரார்கள் எல்லோரிடமும் நூறு ரூபா ஐம்பது ரூபா இப்படியாகக் கடன் வாங்கிச் செலவு செய்தான். நிலபுலங்களையும் கடன்காரரர்கட்குக் கொடுத்து விட்டான். இவனிடங் கொடுத்தால் நிலபுலம் இருக்கிறது வாங்கி விடலாம் என்று எண்ணியவர்கள் இவனுடைய நில புல மதிப்பிற்குமேல் பத்து மடங்கு கடன் இருப் பதை உணர்ந்தார்கள்.

ஒவ்வொருவருந் தத்தமது கடன்களை வாங்கிவிட வேண்டும் என்று அலைந்தார்கள். மருதப்பன் எல்லோரையும் வரும்படி ஒரு நாளைக் குறிப்பிட்டான். குறிப்பிட்ட நாளில் கடனைத் தருவதற்கு ஏதேனும் ஏற்பாடு செய்திருக்கிறான் போலும் என்று எண்ணினார்கள். குறிப்பிட்ட நாளில் மருதப்பனுடைய வீட்டிற்குச் சென்றார்கள். திருநீறு பூசுபவனாகிய மருதப்பன் அன்று தன்னுடைய நெற்றியிலேயே ஒரு பெரிய பட்டை நாமத்தை அணிந் திருந்ததோடு கை மார்பு முதுகு ஆகிய எல்லா விடங்களிலும் பட்டை நாமங்களைச் சார்த்திக் கொண்டு உட்கார்ந்திருந்தான்.

கடன்கேட்கச் சென்றவர்கள் வாய்திறந்து எதுவுங் கேட்கவில்லை. அவனுடைய பட்டை நாமக் கோலத்தைப் பார்த்துக்கொண்டு யாதும் பேசாமல் திரும்பி விட்டார்கள். மருதப்பன் தன்னுடைய வாய்திறந்து பேசவேண்டிய வேலையே இல்லாமற் போய் விட்டதைக் கண்டு மிகுந்த மகிழ்ச்சியடைந்தான்.

39. எனக்கு வீண் தொல்லைதானே

ஒரு செல்வனிடத்திலே ஓர் அரைச் சோம்பேறி வேலையாளாக அமர்ந்திருந்தான். சொன்ன வேலைகளை அந்தச் சண்டி ஒழுங்காகச் செய்யவே மாட்டான். ஏதாவது தில்லுமல்லுப் பேசிக்கொண்டு அரைகுறையாகச் செய்து முடிப்பான். ஆயினும் அவ்வேலையாளைச் செல்வன் விரட்டிவிடவில்லை. ஏதோ ஒரு பற்றினால் வைத்துக் கொண்டிருந்தான்.

ஒரு நாள் செல்வனுக்குச் சிறிது காய்ச்சல் கண் டது. அவன் வேலையாளைப் பார்த்து, "மருத்துவர் வீட்டிற்குப் போய் அவரை உடனடியாக அழைத்துக் கொண்டுவா" என்று சொன்னான். பிறகு இருவருக்கும் பின்வருமாறு உரையாடல் நடைபெற்றது.

வேலையாள்:- இப்பொழுது காலை பத்து மணி. மருத்துவர் வீட்டில் இருக்கிறாரோ, அல்லது எங்கேனும் வெளியே போய்விட்டாரோ?

செல்வன்:-வீட்டில் இருப்பார் போய்ப்பார்.

வேலை :- இருந்தாலும் உடனே வருகிறாரோ அல்லது பிறகு வருகிறேன் நீ போ என்கிறாரோ?

செல்வன்:- வருவார் போ.

வேலை:- வந்தாலும் அவரிடம் நல்ல மருந்து இருக்கிறதோ இல்லையோ?

செல்:- இருக்கும் போ.

வேலை:- அப்படி இருந்து அவர் உடனே இங்கு வந்து மருந்து கொடுத்தாலும் காய்ச்சல் நிற்கிறதோ இல்லையோ?

செல்:- மருந்து சாப்பிட்டால் காய்ச்சல் நின்று விடும் போ.

வேலை:- அப்படி நிற்காவிட்டால் என்ன செய்கிறது?

செல் :-(எரிச்சலோடு) நிற்காவிட்டால் சாகிறேன் போ.

வேலை:- அப்படிச் சாகிற நீங்கள் எனக்கு வீண் அலைச்சல் கொடுக்காமல் சாகக்கூடாதோ? அலைவது வீண் தொல்லைதானே.

செல்:- சரி சரி. நீ நல்ல வேலையாள். இனி மேல் உனக்கும் நமக்கும் ஒத்துவராது வேறிடம் பார்த்துக்கொள்.

40. கள்ளன் சிக்கினான்

ஓர் அரசனுடைய அரண்மனையில் இருந்த விலை உயர்ந்த வைர மோதிரம் ஒன்று களவு போய் விட்டது.

அரண்மனையில் ஐம்பது அறுபது வேலைக்காரர்கள் இருந்தனர். எல்லோரையும் நன்கு உசாவியும் உண்மையைக் கண்டுபிடிக்க முடியவில்லை.

இறுதியில் அமைச்சன் கள்ளனைப் பிடிக்க ஒரு சூழ்ச்சியைக் கண்டுபிடித்தான். மாலையில் எல்லா வேலைக்காரர்களையும் அழைத்தான். ஒரு முழ நீளம் உள்ள கழி ஒன்றை எல்லோருடைய கையிலும் கொடுத்து அவர்களைப் பார்த்து, "எல்லோரும் இக்கழியைக் காலையில் என்னிடம் கொண்டு வாருங்கள். மோதிரத்தைக் களவு செய்தவனுடைய கழி ஓரங்குலம் அதிகமாக வளரும்படி மந்திரஞ் செய்திருக்கிறேன்; காலையில் எல்லாக் கழிகளையும் சரிபார்த்துக் கள்ளனைப் பிடித்து விடுகிறேன்" என்று சொன்னான்.

வேலைக்காரர்கள் எல்லோரும் கழியைப் பெற்றுக்கொண்டு சென்றார்கள். மோதிரத்தைக் களவு செய்தவனுக்கு மட்டும் உறக்கமே பிடிக்கவில்லை. மந்திர சக்தியினால் தடி வளர்ந்து காலையில் நம்மைப் பிடித்துக் கொண்டால் என்ன செய்கிறது; இத்தொல்லையிலிருந்து தப்புவதற்கு ஒரு சூழ்ச்சி செய்ய வேண்டுமென்று இரவெல்லாம் எண்ண மிட்டுக் கொண்டிருந்தான்.

வைரமோதிரக் கள்ளன் மனத்தில் இரவே ஒரு சூழ்ச்சி தோன்றியது. காலையில் எழுந்தவுடன் வேறொன்றும் எண்ணாமல் தன்னுடைய கழியை எடுத்து ஓர் அங்குலத்தைக் குறைத்துவிட்டு அமைச்சனிடங் கொண்டு சென்றான். அமைச்சன் எல்லோருடைய கழியையும் வாங்கிச் சரிபார்த்துக்

கொண்டேயிருந்தான். கள்ளன் கழியை அளந்து பார்த்தபோது ஓர் அங்குலம் குறைவாக இருந்தது. அமைச்சன் கள்ளனைப் பிடித்து நன்கு உதைக்கச் செய்தான். கள்ளன் உண்மையை ஒப்புக் கொண் டான். சரியான தண்டனை கிடைத்தது.

41. குருடன் கைவிளக்கு

ஒரு நாள் இரவு ஒரு குருடன் கையிலே விளக்கோடு தெருவிற் சென்று கொண்டிருந்தான். அப்போது எதிரே வந்த ஒரு மனிதன் குருடன் விளக்கோடு செல்வதைப் பார்த்து நகைத்து, குருடரே! உமக்குத்தான் ஒளியும் இருளும் ஒன்றாயிற்றே! அவ்வாறாக நீர் கையில் விளக்கையெடுத்துக் கொண்டு போவதனால் என்ன பயன்? கண் குருடானதோடு அறிவுகூடக் குருடாகி விட்டது போல் தெரிகிறதே" என்று சொன்னான்.

இதனைக் கேட்கவே குருடனுக்கு மிகுந்த சின முண்டாகிவிட்டது. அவன் தன்னோடு பேசிய அம் மனிதனைப் பார்த்து,

"உனக்குக் கண் தெரிகிறதென்று குதிக்கிறாய்; ஆனாலும் என்ன இரவில் உனக்கும் கண் தெரியாதல்லவா? அறிவுக் கண் எனக்குக் குருடாகவில்லை. உனக்குத்தான் குருடாகி விட்டது. என் கையிலே விளக்கிருந்தால் எதிரே வருபவர்கள் மேலே முட்டிவிடாமல் ஒதுங்கிப் போவதற்கு உதவியாக இருக்கும். இதற்காகவே நான் விளக்கெடுத்துக்கொண்டு போகிறேன். உன் அறிவுக் கண் குருடாக இருப்பதனால் அன்றோ, இச்சிறிய செய்தி கூட உனக்கு விளங்காமற் போய்விட்டது" என்றான். இதனைக் கேட்டு அம்மனிதன் இவனிடம் வாய் கொடுத்து மாட்டிக் கொண்டோமே என்று மிகுந்த நாணத்தோடு போய்விட்டான்.

42. இன்றைக்கு நீங்கள் சொன்னபடி செய்தேன்

ஒரு செல்வனிடத்தில் ஒரு வேலையாள் இருந்தான். அவ்வேலையாள் கூர்மையான அறிவுள்ளவன் அல்லன் ஒரு வகையான மடையன். செல்வன் அவனை அடிக்கடி கண்டித்து அறிவுரைகள் கூறுவான். ஒருநாள் அவனைப் பார்த்து, "எக் காரியத்தைச் செய்தாலும் அக்காரியத்திற்குப் பின் ஏற்படக்கூடிய பலனையும் ஆராய்ந்து பார்த்து அதற்குத் தக்கபடியாகக் காரியங்களைச் செய்வது தான் அறிவாளிக்கு அழகு" என்று அறிவுரைகள் கூறினான்.

பிறகு அவ்வாளைப் பார்த்து, "எனக்குச் சில நோய்கள் இருக்கின்றன. அதற்கு ஆட்டு ஊனைத் தின்றால் நோய் நீங்கிவிடும் என்று மருத்துவர் சொல்லுகிறார். நான் ஊன் உண்ணாத சைவன் என்பது உனக்குத்தான் தெரியுமே, நீ மிக மறைமுகமாக ஆட்டுக்கறி வாங்கிக் கறியாக்கு" என்று சொன்னார்.

அந்த மடையன், அவ்வாறே செய்வதாகச் சொல்லிவிட்டுச் சந்தைக்குச் சென்றான். அங்குப் பலரை ஓரிடத்திற்குக் கூப்பிட்டு ஒன்றாகச் சேர்த்து அவர்களைப் பார்த்து, " என் வீட்டுத் தலைவரை நீங்கள் யாவரும் அறிவீர்களன்றோ? அவர் சைவர் என்பதுதான் உங்களுக்கெல்லாந் தெரியுமே. அவர் ஒரு நோயின் பொருட்டு இன்று ஆட்டுக்கறி சாப்பிடப் போகிறார். இச்செய்தி மிக மறைமுகமாக இருக்கவேண்டும். ஆட்டுக்கறி தின்றால் அதன்மேல் செய்ய வேண்டியதென்ன? ஒரு காரி யத்தைச் செய்தால் அதன் பிறகு ஏற்படக்கூடிய நிலைமையையுந் தெரிந்து காரியத்தைச் செய்ய வேண்டும் என்பது என்னுடைய தலைவர் கட் டளை" என்று சொன்னான்.

கூட்டத்தில் இருந்த ஒருவன், ஆட்டுக்கறி எளிதில் செரிக்கமாட்டாது. செரிப்பதற்குச் சாராயம் சாப்பிட

வேண்டும், சாராயமும் ஒரு புட்டி வாங்கிக்கொண்டு போ" என்றான்.

மற்றொருவன், "ஆட்டுக்கறி சாராயம் முதலியன சாப்பிட்டால் காமவெறி உண்டாகும். விலை மாதரையும் அழைத்துப்போ " என்றான்.

வேறொருவன், "விலைமாதர் கூட்டுறவால் நோயுண்டாகலாம், அப்பொழுது நோய் தீர்ப்பதற்கு மருத்துவர் உதவி வேண்டும் மருத்துவரை யும் அழைத்துப்போ" என்றான்.

இன்னொருவன், "மருத்துவர் மருத்துவத்தால் ஆள் பிழைக்காமல் எமலோகப் பயணம் ஆனாலும் ஆகக்கூடும். ஆகவே பிணம் எடுப்பதற்கு வேண்டிய ஏற்பாடுகளையுஞ்செய்து கொண்டுபோ" என்றான்.

அவ்வளவில் வேலையாள், ஆட்டுக்கறியும் சாராயமும் வாங்கிக்கொண்டு, விலைமாதர், மருத்துவர் ஆகியோரிடஞ்சென்று, "தலைவர் வரச் சொன்னார்" என்று கூறிவிட்டுப் பிணமெடுப்பதற்கு வேண்டிய ஏற்பாடுகள் எல்லாவற்றையுஞ் செய்து கொண்டு சென்றான்.

வேலையாள் வீட்டிற்குச்சென்ற சிறிது நேரத்தில் எல்லோரும் செல்வர் வீட்டை அடைந்தார்கள். விலைமாது போய்ச் செல்வரைக் கண்டு கும்பிட்டாள். மருத்துவர் வந்து செல்வரைப் பார்த்து, "உடம்புக்கு என்ன?" என்று கேட்டார். பறையர், வண்ணார், நாவிதர் முதலியவர்களும் வீட்டு வாசலுக்கு வந்தார்கள்.

இவர்களையெல்லாம் காணவே செல்வனுக்கு ஒன்றும் விளங்கவில்லை. எல்லோரையும் பார்த்து, "என்ன செய்தி ?" என்று கேட்டான். எல்லோரும் வேலையாள் வரச் சொன்னதாகத் தெரிவித்தார்கள்.

வேலையாளைக் கூப்பிட்டு, "இவர்களையெல்லாம் எதற்காக வரச்சொன்னாய்?" என்று கேட்டான்.--

அதற்கு வேலையாள், "இன்றைக்கு நீங்கள் சொன்னபடியே செய்தேன். ஒரு காரியத்தைச் செய்தால் அதற்குப் பிறகு ஏற்படக்கூடிய பலன்களையுந் தெரிந்து காரியஞ் செய்யச் சொன்னீர்கள் அல்லவோ," என்று சொல்லிவிட்டுச் சந்தையில் பலருஞ் சொன்ன செய்தியைத் தெரிவித்தான்: வந்து கூடியிருந்த அவ்வளவுபேரும் நகைக்கச் செல்வனுஞ் சேர்ந்து நகைத்தான். நகைக்காமல் வேறு என்ன செய்கிறது? ?

43. ஏழு கும்பகருணர்கள்

முன்காலத்திலே ரோம் நகரத்தில் செங்கோல் செலுத்திய அரசர்களில் ஒருவனுக்கு டீஸியஸ் என்று பெயர். அவனுடைய அரசாட்சியின் காலத்தில் கிறித்து மதாபிமானிகள் பலர் கொலையுண்டார்கள். அம் மதப் பற்றுடையவர்களுக்குள்ளே மேன்மக்கள் வரிசையைச் சேர்ந்த ஏழு இளைஞர்கள் எபேசு நகரத்தில் இருந்தார்கள். மதத்தின் பொருட்டுத் தங்கள் குலத்தவர்களில் பலர் கொலை செய்யப்படுகிறதைக் கண்டு அந்த ஏழு இளைஞர்களும் பக்கத்தில் இருந்த ஒரு காட்டிற்குப்போய் அங்கிருந்த மலைக்குகை ஒன்றிற் புகுந்து ஒளிந்துகொண்டார்கள். மேற்படி அரசன் அதை அறிந்தான். அவர்கள் வெளியே வரமுடியாதபடி அந்தக் குகைவாசலை அடைத்து விடச்செய்தான்.

மேற்படி ஏழு இளைஞர்களும் குகைக்குள்ளே படுத்து மெய்ம் மறந்தவர்களாக உறங்கிக் கொண்டிருந்தார்கள். இவ்வாறு நூற்றெண்பத்தேழு ஆண்டுகள் உறங்கியபிறகு இரண்டாவது தீயோ வோஸியஸ் அரசன் செங்கோல் செலுத்திய நாளை யிலே தற்செயலாய் இயல்பாகவே விழித்து எழுந் திருந்தார்கள்.

இவ்வாறு நெடுங்காலம் உறங்கியபடியால் அவர்களுக்குப் பொறுக்கமுடியாத பசி உண்டாகியது. குகை வாசலைத் திறந்துகொண்டு வெளியே வந்து பார்த்தார்கள். பிறகு தங்களில் ஒருவனை நகரத்திற்கு அனுப்பி உணவுப் பொருள்கள் வாங்கிக்கொண்டு வரச் சொன்னார்கள். அவன் நகரத்திற்குள் நுழைந்து தெருவழியே சென்றான். நகரம் எங்கும் இடத்துக்கிடம் சிலுவைகள் நட்டிருப்பதைக்கண்டு வியப்படைந்தான். பிறகு ஒரு ரொட்டிக்கடைக்குச் சென்றான். ரொட்டிக்கடைக்காரன் இந்த இளைஞன் அணிந்திருந்த பழைய காலத்து உடையையும் பழைய போக்கான

மொழியில் அவன் பேசிய பேச்சையுங்கண்டு வியப்படைந்தான். அந்த இளைஞனை நன்றாக உற்றுப்பார்த்தான். இளைஞன் தான் வாங்கிய ரொட்டிக்குப் பழங்காலத்து நாணயம் ஒன்றைத் தன் பையில் இருந்து எடுத்துக் கொடுத்தான். மேற்படி ரொட்டிக் கடைக்காரன் இளைஞனுடைய நடைஉடையையும் அவன் மொழிகளையும் பார்த்து அவனைப் பட்டிக்காட்டான் என்றும் எங்கேயோ புதையலெடுத்து இந்தப் பழைய நாணயங்களைக் கொண்டுவந்திருக்கிறான்என்றும் முடிவு செய்தான். அந்த இளைஞனை அழைத்துக்கொண்டுபோய் நகரத்தலைவன் முன்பு நிறுத்தினான்.

நகரத் தலைவன் இளைஞனைப்பார்த்து, “இந்தப் பழைய நாணயம் உனக்கு எங்கே அகப் பட்டது? நீ புதையல் எடுத்தாயா?” என்று உசாவினான். இளைஞன் தன் வரலாற்றையும் தன் கூட்டாளிகளைப் பற்றியும் விளக்கமாகச் சொன்னான். நகரத் தலைவன் இதனைக் கேட்டுப் பெருவியப் படைந்தான். அவனை அரசனிடத்திற்கு அழைத்துக் கொண்டு போய் நிறுத்தினான். அரசன் இளைஞன் மூலமாக எல்லாச் செய்திகளையும் உணர்ந் தான். தன்னுடைய அமைச்சன் குரு முதலான எல்லோரையும் அழைத்துக்கொண்டு குகைக்குச் சென்றான். குகையில் மற்றைய இளைஞர்களையும் எல்லோரும் பார்த்தார்கள். நூற்றெண்பத்தேழு ஆண்டுகளாகியும் அவர்களுடைய இளமைக்குரிய உடற்கட்டுக் குன்றாதிருப்பதைப் பார்த்து எல்லோரும் வியப்படைந்தார்கள்.

அரசன் அந்த ஏழு இளைஞர்களையும் தன்னோடு நகரத்திற்கு அழைத்துக்கொண்டு வந்தான். ஊர் நடுவிலேயிருந்த பெரிய மைதானம் ஒன்றில் பொதுக்கூட்டம் ஒன்று கூடியது. நகர மக்கள் எல்லோரும் அங்கு வந்து கூடினார்கள். இளைஞர்கள் தங்களுடைய வரலாறுகளை முதலில் இருந்து முடிவுவரை விளக்கமாகச் சொன்னார்கள். பிறகு நகரமக்கள் அனைவருக்கும் வாழ்த்துரை கூறினார்கள். நின்ற இடத்திலேயே விழுந்து இறந்து போனார்கள். ஆண்டு

தோறும் சூன் திங்கள் இரு பத்தேழாம் நாள் (அந்த இளைஞர்கள் இறந்த நாள்) அவர்களுடைய நினைவைக் கொண்டாடும் விழா நடந்து வருகிறது.

44. வால் இருக்கவேண்டிய இடத்தில் தலை

பல ஆண்டுகளுக்கு முன்னர் மாளவ நாட்டில் வறியவன் ஒருவன் இருந்தான். பொருள் தேடி நலமடையலாம் என்று அவன் பலவாறு முயன்றான். அவனுக்கு எந்தக் காரியமுங் கைகூடி வரவில்லை. அந்த ஊரில் உள்ள மக்கள் யார் என்ன சொன்ன போதிலும் சிறிதும் ஆராய்ந்து பாராமல் கேள்விப் பட்டவைகளை யெல்லாம் உண்மை என்று நம்பும் இயல்பினை யுடையவர்கள். இதனை நன்கு உணர்ந்த வறிவயன் அம்மக்களை வஞ்சித்துப் பொருள் திரட்டவேண்டும் என்று எண்ணினான்.

ஒரு நாள் ஒருவருக்குந் தெரியாமல் தன்னுடைய குதிரையைக் குதிரை லாயத்தில் வால் பக்கம் இருக்க வேண்டிய இடத்தில் தலைப் பக்கம் இருக்கும்படி வழக்கத்திற்கு விரோதமாகத் திருப்பிக் கட்டி வைத்தான். பிறகு லாயத்தைப் பூட்டி விட்டு வெளியே வந்தான்.

“ ஓ மக்களே ! வால் இருக்க வேண்டிய இடத்திலே தலை யிருக்கும் குதிரையைப் பார்த்தீர்களா? என்னுடைய லாயத்தில் அத்தகைய புதுமையான குதிரை ஒன்று இருக்கிறது. வேடிக்கை! வேடிக்கை!! கட்டாயம் பார்க்க வேண்டிய வேடிக்கை; பார்க்க வருபவர்கள் ஆளுக்கு ஒரு ரூபாய் கொடுக்க வேண்டும்” என்று எங்கும் பறை யறைவித்தான். துண்டுத் தாள்கள் அச்சிட்டும் பரப்பினான்.

"சொன்னவர் சொன்னாலும் கேட்பவர்கட்கு மதியில்லையா" என்னும் பழமொழியையும் எண்ணிப் பாராமல் அப்புதுமையைக் காணும் பொருட்டுக் குறிப்பிடப்பட்ட நாளில் மக்கள் அந்தக் கோமாளியினுடைய குதிரை லாயத்துக்கு அண்மையில் வந்து கூடினார்கள். மோசக்காரன் ஒவ்வொருவரிடத் திலும் ஒவ்வொரு ரூபாய் வாங்கிக்கொண்டு இறுதியில் லாயத்தின் கதவைத் திறந்தான்.

உள்ளே நுழைந்த அவ்வளவு பெயரும் தம்முடைய அறி யாமைக்காக வெட்கமடைந்தது மல்லாமல், குதிரைக்கு வாலிருக்க வேண்டிய இடத்தில் தலையிருக்கிறது என்று அவன் சொன்ன சூதை அறிந்து கொண்டு, ஐயோ சிறிது எண்ணிப் பார்க்காமற் போனோமே. இவ்வளவு பேரிடத்திலிருந்தும் பணத்தைப் பறித்துக் கொண்டு பைத்தியக்காரர்களாக்கி விட்டானே என்று மிகுந்த வருத்த மடைந்தார்கள். அவன் கூறிய செய்தி தவறானதென்று அவன் மீது குற்றஞ் சாட்டுவதற்கும் இடமில்லை. அவன் கூறியபடியே வால் இருக்க வேண்டிய இடத்தில் தலை இருந்தது.

★★★

www.ingramcontent.com/pod-product-compliance
Lightning Source LLC
LaVergne TN
LVHW050948051026
849532LV00005B/1750
9788199751187